การสร้างสาวก
ที่สร้างต่อได้

*คู่มือการฝึกอบรมเพื่อสนับสนุน
การสร้างสาวกในคริสตจักรบ้านและ
กลุ่มเซลล์เพื่อนำไปสู่กระแสการบุกเบิก
คริสตจักร*

ดร. ดาเนียล บี แลนคาสเตอร์

การสร้างสาวกที่สร้างต่อได้

คู่มือการฝึกอบรมเพื่อสนับสนุนการสร้างสาวกในคริสตจักรบ้านและกลุ่มเซลล์

เพื่อนำไปสู่กระแสการบุกเบิกคริสตจักร

เขียนโดย ดร. ดาเนียล บี แลนคาสเตอร์

จัดพิมพ์โดย T4T Press, พิมพ์ครั้งแรก ค.ศ.2011

สงวนลิขสิทธิ์ห้ามทำการสำเนาหรือเผยแพร่ส่วนหนึ่งส่วนใดของหนังสือเล่มนี้ในรูปแบบหรือเจตนาใดๆ ไม่ว่าโดยสื่ออิเล็คทรอนิคส์ หรือการคัดลอกข้อมูลโดยใช้ลายลักษณ์อักษร รวมถึงการทำสำเนาภาพถ่าย การบันทึกหรือการเก็บข้อมูลในทุกรูปแบบ และระบบการกู้ข้อมูล เว้นแต่จะใช้ประโยคสั้นๆ สำหรับการอ้างอิงเท่านั้น

ลิขสิทธิ์ถูกต้อง ปี 2011 โดย ดร. ดาเนียล บี แลนคาสเตอร์

ISBN 978-0-9831387-4-7

ข้อพระคัมภีร์อ้างอิงทั้งหมดยกเว้นที่ระบุเป็นอย่างอื่น นำมาจากพระคัมภีรฉบับโฮลี่ไบเบิ้ล และอมตะธรรมร่วมสมัย (NIV) ลิขสิทธิ์ถูกต้องค.ศ. 1973, 1978 และ 1984 โดยสมาคมพระคริสตธรรมนานาชาติ ใช้โดยได้รับอนุญาตจากซอนเดอร์แวน, สงวนลิขสิทธิ์

เครื่องหมายข้อพระคัมภีร์อ้างอิง (NLT) ได้มาจากพระคัมภีร์โฮลี่ไบเบิ้ล ฉบับแปลนิวลีฟวิ่ง, ลิขสิทธิ์ถูกต้อง ค.ศ. 1996 และ 2004 ใช้โดยได้รับอนุญาตจาก ทีนเดล เฮ้าส์ พับลิชเชอร์ส วีทต้อน อิลลินอยส์ 60189, สงวนลิขสิทธิ์

เครื่องหมายข้อพระคัมภีร์อ้างอิง (NASB) ได้มาจากนิวอเมริกันสแตนดาร์ดไบเบิ้ล ลิขสิทธิ์ ค.ศ. 1960, 1962,1963,1968, 1971,1972, 1973, 1975, 1977 และ1995 โดย มูลนิธิล็อคแมน, สงวนลิขสิทธิ์

เครื่องหมายข้อพระคัมภีร์อ้างอิง (HCSB) ได้มาจาก ฮอลแมน คริสเตียน สแตนดาร์ด ไบเบิ้ล ลิขสิทธิ์ ค.ศ. 1999, 2000, 2002, 2003 โดย ฮอลแมน ไบเบิ้ล พับลิชเชอร์ส, สงวนลิขสิทธิ์

เครื่องหมายข้อพระคัมภีร์อ้างอิง (CEV) ได้มาจาก เดอะ คอนเท็มโพรารี่ อิงลิช เวอร์ชั่น ลิขสิทธิ์ถูกต้อง ค.ศ. 1995 โดย สมาคมพระคริสตธรรมอเมริกัน ใช้โดยได้รับอนุญาต

ห้องสมุดของคอนเกรส คาตาโลกิ้ง อิน พับลิเคชั่น ดาต้า

สารบัญ

    คำปรารภ   5
    คำขอบคุณ   7
    บทนำ   9

ตอนที่ 1
    กลยุทธ์ของพระเยซู   15
    การอบรมผู้อบรม   19
    การนมัสการแบบง่าย   29

ตอนที่ 2
    การต้อนรับ   37
    การทวีคูณ   45
    การรัก   59
    การอธิษฐาน   71
    การเชื่อฟัง   85
    การดำเนินชีวิต   99
    การออกไป   113
    การแบ่งปัน   123
    การหว่าน   137
    การแบกกางเขน   149

ตอนที่ 3
    การศึกษาเพิ่มเติม   159
    ภาคผนวก ก   161
    ภาคผนวก ข   163
    ภาคผนวก ค   172

अनुक्रम

คำปรารภ

"..และสอนพวกเขาให้ปฏิบัติตามทุกสิ่งที่เราได้สั่งพวกท่านไว้"

คำลงท้ายพระมหาบัญชานี้ที่พระคริสต์ทรงตรัสไว้เมื่อ 2000 ปีที่แล้ว ยังคงมีความสำคัญและความท้าทายอย่างเดียวกันสำหรับพวกเราในปัจจุบัน การปฏิบัติตามทุกสิ่งที่พระคริสต์ทรงตรัสสั่งไว้มีความหมายว่าอะไร? อัครทูตยอห์นได้กล่าวไว้ว่า ถ้าเราจะบันทึกทุกสิ่งที่พระเยซูทรงตรัสและทรงกระทำ แม้จะเอาเนื้อที่จากหนังสือทั่วโลกมารวมกันก็คงไม่พอ (ยอห์น 21:25) แต่แน่ทีเดียวพระเยซูทรงมีบางสิ่งในใจที่สั้นกระชับมากกว่า ในตอนแรกของการอบรม "ตามอย่างพระเยซู" ภายใต้หัวข้อการสร้างสาวกเบื้องต้น คุณแดน แลนคาสเตอร์ ได้ดึงภาพออกจากพระกิตติคุณของพระเยซูไว้แปดภาพ ซึ่งหากปฏิบัติตามภาพเหล่านั้น ก็จะสามารถเปลี่ยนแปลงผู้ติดตามพระคริสต์ ให้เข้าสู่การเป็นสาวกที่มีลักษณะของพระองค์

ในคู่มือการฝึกอบรม "***การสร้างสาวกที่สร้างต่อได้***" คุณแดนมีเป้าหมายที่สูงกว่าการผลิตหนังสืออีกเล่มเกี่ยวกับการสร้างสาวกแบบง่ายๆ คือคุณแดนได้ตั้งเป้าหมายที่จะสร้างกระแสการทวีคูณในการสร้างสาวก ดังนั้นเพื่อให้งานนี้บรรลุเป้าหมาย เขาจึงใช้เวลาสี่ปีในการฝึกทักษะ ทดสอบ ประเมินผล และแก้ไขปรับปรุงโปรแกรมการสร้างสาวก จนเขาเห็นว่า โปรแกรมนี้ไม่เพียงแต่เปลี่ยนแปลงชีวิตผู้เชื่อใหม่ให้เป็นเหมือนสาวกของพระคริสต์เท่านั้น แต่ยังได้เปลี่ยนพวกเขาให้เข้าสู่การเป็นผู้สร้างสาวกที่มีประสิทธิภาพด้วย

หลังจากการพัฒนาระบบการสร้างสาวกแล้ว ดร.แลนคาสเตอร์ได้ทำประโยชน์ให้กับพระกายของพระคริสต์ โดยการกระชับบทเรียนเหล่านี้เพื่อให้เข้าใจง่ายและสามารถนำไปปรับใช้กับทุกวัฒนธรรมในโลก คู่มือการอบรม "***การสร้างสาวกที่สร้างต่อได้***" เป็นเครื่องมือสนับสนุนที่เต็มไปด้วยพลัง ที่จะกระตุ้นให้มีใจปรารถนาอยากเป็นเหมือนพระเยซูอย่างไม่สิ้นสุด และจะช่วยสร้างความเข้าใจในการทวีคูณอาณาจักรของพระคริสต์โดยผ่านบรรดาสาวกใหม่ๆ ทั่วโลก

การสร้างสาวกในยุคที่ผู้คนได้ถลำลึกสู่วิถีของโลก ไม่ใช่เรื่องง่าย แต่ก็ไม่ใช่เรื่อง

ที่เป็นไปไม่ได้หรือเป็นเพียงอีกทางเลือกหนึ่งเท่านั้น เมื่อท่านศึกษาคู่มือการฝึกอบรม "*การสร้างสาวกที่สร้างต่อได้*" ของคุณแดน แลนคาสเตอร์ อย่างลึกซึ้งแล้ว ท่านจะได้พบกับเพื่อนที่เป็นทั้งสาวกและเป็นผู้สร้างสาวก ซึ่งสามารถแสดงให้ท่านเห็นแผนที่ชีวิตที่ได้ผ่านการทดสอบแล้วว่าใช้ได้ผลสำหรับหนทางข้างหน้า

ดาวิด การ์ริสสัน

เชียงใหม่

คำขอบคุณ

ขอขอบคุณคริสตจักรทั้งสามแห่งในอเมริกา คือ คริสตจักรคอมมิวนิตี้ ไบเบิ้ล เมืองฮามิลตั้น รัฐเท็กซัส (คริสตจักรที่ก่อตั้งในชนบท) คริสตจักรนิวคอฟเวอแนนท์ แบ๊พติส เมืองเท็มเพิ้ล รัฐเท็กซัส (คริสตจักรที่มุ่งเน้นในการสร้างสาวก) และ คริสตจักรไฮแลนด์ เฟลโล่ชิพ เมืองลูวิสวิลล์ รัฐเท็กซัส (คริสตจักรที่ก่อตั้งในชานเมือง) ซึ่งทั้งสามคริสตจักรนี้ เป็นผู้ริเริ่มคู่มือการอบรม "ตามอย่างพระเยซู" เมื่อสิบห้าปีที่แล้ว ตลอดเวลาหลายปีพวกเราได้เห็น เอฟ เจ ที (คู่มือการอบรม "ตามอย่างพระเยซู") พัฒนาจากภาพของพระเยซูจำนวนสี่ภาพมาเป็นเจ็ดภาพ และในที่สุดเรามีแปดภาพ เราได้แบ่งปันสิ่งต่างๆ มากมายร่วมกัน และความรักและคำอธิษฐานของพวกท่าน ได้ส่งผลเป็นความสำเร็จอันใหญ่หลวงต่อประชาชาติทั้งหลาย

ผู้ประสานงานระดับชาติที่มีอยู่ในหลายประเทศทางเอเชียตะวันออกเฉียงใต้ได้ช่วยขัดเกลาและจัดเตรียมคู่มือสำหรับการอบรม "ตามอย่างพระเยซู" สำหรับนานาชาติ แต่เพื่อความปลอดภัยของประเทศเหล่านี้ ผมจึงไม่สามารถเปิดเผยชื่อของแต่ละประเทศได้ โดยเฉพาะกลุ่มของสามประเทศที่ได้ช่วยทดสอบภาคสนามของการอบรมและการฝึกชนรุ่นต่างๆ ที่เป็นสาวกให้สามารถฝึกผู้อื่นต่อไปได้

ขอขอบคุณผู้ร่วมการฝึกอบรมหลายท่านที่สนับสนุนด้วยการอธิษฐาน การตอบรับ และการหนุนใจตลอดสี่ปีของขั้นตอนการพัฒนาในเอเชียตะวันออกเฉียงใต้ พวกท่านช่วยให้คู่มือการฝึกอบรมมีเป้าหมายและการพัฒนาในทางที่ดียิ่ง

พวกเราแต่ละคนเป็นผลพวงของการลงทุนของเหล่าอาจารย์ และประสบการณ์ชีวิตของหลายท่าน ผมปรารถนาที่จะขอบคุณ ศจ. รอนนี่ แคพพ์ส, ดร. แจ็ค เอ็นเดอร์, ดร. รอย เจ ฟิช, คุณเคร็ก การ์ริสัน, ดร. เดวิด การ์ริสัน, ดร. เอลวิ่น แม็คคาน, ศจ. ดิลัน โรโม, คุณทอม เวลล์ส และ ดร. ธอม วอล์ฟ สำหรับอิทธิพลชีวิตที่พวกเขามีต่อผมในการเป็นสาวกของพระเยซู

ขอขอบคุณเป็นพิเศษสำหรับ ดร. จอร์จ แพ็ทเทอร์สัน และ กาเล็น เคอร์ราห์ ที่ได้แบ่งปันการแสดงบทบาทสมมติจำนวนหลายตอน ในคู่มือการอบรมนี้

สุดท้ายผมขอขอบคุณครอบครัวของผมสำหรับการสนับสนุนและการหนุนใจ

ขอขอบคุณลูกของผม คือ เจฟ, แซค, คาริส และเซน พวกเขาเป็นแหล่งแห่งความเชื่อ ความหวัง และความรักอันไม่รู้จบสิ้น

ขอบคุณฮอลลี ภรรยาของผม ที่ช่วยอ่านและให้คำแนะนำสำหรับฉบับร่าง เธอได้เพิ่มเติมแนวความคิดดีๆ มากมายจากสัมมนาที่เธอเคยสอน และเธอก็เป็นผู้ที่มีความสัตย์ซื่อในการสะท้อนเสียงของแนวคิดต่างๆ ที่เราใช้ในการฝึกอบรมตลอดเวลาสิบห้าปีที่ผ่านมา

ขอพระเจ้าทรงอวยพระพรทุกท่านในขณะที่เราจะเสริมสร้างผู้นำฝ่ายวิญญาณที่มีความร้อนรน และนำการบำบัดรักษาไปยังประชาชาติต่อไป!

ดร. ดาเนียล บี แลนคาสเตอร์
มกราคม 2011
เอเชียตะวันออกเฉียงใต้

บทนำ

ยินดีต้อนรับสู่การอบรม *"การสร้างสาวกที่สร้างต่อได้"* ซึ่งเป็นตอนแรกของการอบรมตามอย่างพระเยซู (FJT) ขอพระเจ้าอวยพรและทำให้ท่านเจริญรุ่งเรืองเมื่อท่านทำตามแบบอย่างพระบุตรของพระองค์ ขอให้พันธกิจการรับใช้ของท่านเกิดผลมากขึ้นเป็นร้อยเท่าเมื่อท่านเดินร่วมกับพระเยซู เพื่อไปยังกลุ่มคนในสังคมของท่านที่ยังไม่ได้รับข่าวประเสริฐ

คู่มือที่อยู่ในมือของท่านนี้ เป็นระบบการฝึกอบรมที่สมบูรณ์แบบ ซึ่งมีพื้นฐานจากยุทธวิธีที่พระเยซูทรงใช้เพื่อการประกาศทั่วโลก คู่มือนี้เป็นผลจากการค้นคว้าและการทดสอบเป็นเวลาหลายปี ทั้งในแถบประเทศอเมริกาเหนือและเอเชียตะวันออกเฉียงใต้ คู่มือนี้ไม่ใช่ทฤษฎีแต่เป็นภาคปฏิบัติ ขอให้ท่านใช้คู่มือนี้เพื่อสร้างความแตกต่างให้เกิดขึ้นในโลกในขณะที่ท่านทำพันธกิจของท่านร่วมกับพระเจ้า เราทำได้แล้ว และท่านก็จะทำได้เช่นเดียวกัน

หลังจากก่อตั้งคริสตจักรในชนบทและคริสตจักรชานเมืองในอเมริกาแล้ว ครอบครัวของเราได้สัมผัสถึงการทรงเรียกให้ไปที่แถบเอเชียตะวันออกเฉียงใต้ เพื่อฝึกสอนและอบรมผู้นำ ผมเคยเป็นผู้ก่อตั้งคริสตจักรในอเมริกามามากกว่าสิบปี และเป็นผู้ฝึกหัดนักก่อตั้งคริสตจักรหลายราย การต้องย้ายถิ่นฐานข้ามประเทศเพื่อมาทำสิ่งเดียวกัน น่าจะเป็นเรื่องง่าย ครอบครัวของเราจึงออกไปทำพันธกิจต่างแดนด้วยความหวังอันเต็มเปี่ยม

ในช่วงระหว่างการเรียนภาษา ผมและผู้ร่วมงานในท้องถิ่นเริ่มฝึกอบรมคนอื่นๆ เราเริ่มโดยการใช้เวลาประมาณหนึ่งสัปดาห์ในการอบรมเรื่องการสร้างสาวกเบื้องต้นและการก่อตั้งคริสตจักร โดยปกติแล้วมีผู้เรียน 30-40 คนเข้าร่วมการฝึกอบรม หลายครั้งพวกเขาพูดชื่นชมบทเรียนของเราและกล่าวขอบคุณสำหรับคำสอนของเรา แต่มีเพียงสิ่งเดียวที่ทำให้ผมไม่สบายใจ คือพวกเขาไม่ได้เอาสิ่งที่พวกเขาได้รับไปสอนคนอื่นต่อไป

ปัจจุบันในอเมริกา คุณสามารถ "หลุดรอดจากการไม่สอนคนอื่น" ได้ เพราะเรา

มี (หรือเคยมี) หลักคำสอนจากพระคัมภีร์เป็นศูนย์กลางวัฒนธรรม ดังนั้นแม้แต่คนที่หลงหายจึงเข้าใจคำสอนของพระคัมภีร์ แต่ชาวเอเชียตะวันออกเฉียงใต้ที่หลงหายไม่มีความเข้าใจทางด้านพระคัมภีร์เลย ในอเมริกาคุณอาจหวังได้ว่า บุคคลหนึ่งอาจพบปะคริสเตียนอีกคนหนึ่งที่จะมีอิทธิพลต่อชีวิตของเขา แต่ในภาคสนามต่างแดนเราไม่สามารถรับประกันได้ว่า จะเกิดเหตุการณ์อย่างเดียวกันขึ้น

เอาล่ะครับ ณ จุดนี้ เราเองชักจะไม่ค่อยแน่ใจ เพราะเรากำลังสอนคนในท้องถิ่นถึงสิ่งที่เรารู้สึกว่าเป็น "ของดี" แต่พวกเขากลับไม่เกิดดอกออกผล แท้ที่จริงดูเหมือนว่าเรากำลังดึงดูดความสนใจจาก "ยอดนักสัมมนามืออาชีพ" เข้าแล้ว เราจัดเตรียมอาหารสำหรับผู้ที่เข้ารับการฝึกอบรมตลอดทั้งสัปดาห์ในประเทศที่มีความยากจนและขัดสน และเราเห็นว่าอาหารเป็นสิ่งที่ชักจูงให้หลายคนเข้าร่วมสัมมนา สิ่งที่เกิดขึ้นต่อมาทำให้ผมแปลกใจและถ่อมใจลง

หลังจากการฝึกอบรมของเราครั้งหนึ่ง ผมไปนั่งในร้านน้ำชาแห่งหนึ่งพร้อมกับล่ามของผม ผมถามคำถามง่ายๆ คำถามหนึ่งกับเขาว่า

"จอห์น คุณคิดว่าผู้ที่เข้าร่วมการฝึกอบรมครั้งนี้ จะนำสิ่งที่พวกเขาเรียนรู้ไปปฏิบัติตามและสั่งสอนคนอื่นมากน้อยเท่าไร?"

จอห์นคิดสักครู่หนึ่งและผมบอกได้เลยว่าเขาไม่อยากจะตอบผมสักเท่าไร ในวัฒนธรรมของเขา นักเรียนไม่มีสิทธิ์เสนอข้อคิดเห็นหรือวิจารณ์เรื่องใดๆ เกี่ยวกับครูของเขา และเขารู้สึกว่าผมกำลังขอให้เขาทำแบบนั้น หลังจากได้พูดคุยกันมากขึ้นและผมให้ความมั่นใจแก่เขา เขาจึงให้คำตอบกับผมที่เปลี่ยนทุกอย่าง

"ดร.แดน ผมคิดว่าพวกเขาจะทำประมาณสิบเปอร์เซ็นต์ของสิ่งที่คุณสอนในสัปดาห์ที่ผ่านมานี้"

ผมตกใจมาก แต่ผมพยายามไม่แสดงออกให้เขาเห็น ผมถามเขาอีกคำถามหนึ่งซึ่งเป็นจุดเริ่มต้นของขั้นตอนที่เราจะปฏิบัติในช่วงสองปีครึ่งต่อมา

"จอห์น คุณสามารถชี้ให้ผมเห็นถึงสิบเปอร์เซ็นต์ที่คุณคิดว่าพวกเขาจะทำ

ตามได้ไหม? แผนของผมคือ ผมต้องการรักษาสิบเปอร์เซ็นต์นั้นไว้ แล้วส่วนที่เหลือผมจะทิ้งมันไป ผมจะแก้ไขบทเรียนเพื่อฝึกอบรมใหม่ไปเรื่อยๆ จนกว่าผู้ที่เข้าร่วมการฝึกอบรมจะทำทุกสิ่งที่เราฝึกให้พวกเขาทำ"

จอห์นชี้ให้ผมเห็นถึงสิบเปอร์เซ็นต์ที่เขาเชื่อว่าพวกเขาจะทำตามจริงๆ เราทิ้งส่วนที่เหลือและแก้ไขบทเรียนใหม่เพื่อใช้สำหรับการประชุมครั้งต่อไป หนึ่งเดือนต่อมา เราจัดการฝึกอบรมตลอดทั้งสัปดาห์อีกครั้งและผมถามจอห์นด้วยคำถามอย่างเดียวกันหลังจากจบการฝึกอบรม "พวกเขาจะทำตามกี่เปอร์เซ็นต์?" จอห์นตอบว่า "ดร.แดนครับ ผมค่อนข้างมั่นใจว่าคราวนี้ พวกเขาจะทำตามสิบห้าเปอร์เซ็นต์ของสิ่งที่คุณสอนไป"

ผมถึงกับนิ่งอึ้ง สิ่งที่จอห์นไม่รู้เลยก็คือว่า ผมได้แก้ไขบทเรียนใหม่ตลอดเดือนที่ผ่านมา และพยายามใส่ "สิ่งที่ดีที่สุดของสิ่งที่ดีที่สุด" เท่าที่ผมเคยเรียนรู้มาในฐานะศิษยาภิบาลในอเมริกาและครูฝึกให้กับนักก่อตั้งคริสตจักรมากมาย สัมมนาครั้งนั้นเป็นสิ่งที่ดีที่สุดที่ผมจะให้แก่พวกเขาได้...แต่ผู้เข้าอบรมกลับทำได้เพียงสิบห้าเปอร์เซ็นต์เท่านั้น!

ด้วยเหตุนี้เองขั้นตอนที่เราต้องใช้เวลาถึงสองปีครึ่งเพื่อการปรับปรุงและพัฒนาระบบการฝึกอบรมตามอย่างพระเยซู (FJT) จึงเริ่มต้นขึ้น ในแต่ละเดือน เราสอนสัมมนา 1 สัปดาห์ และจากนั้นก็จะฟังผลสะท้อนกลับจากผู้เข้าร่วมสัมมนา คำถามหนึ่งที่นำทางความเพียรพยายามของเรา คือ พวกเขาจะทำตาม (หรือกำลังทำตาม) สิ่งที่เราสอนและฝึกอบรมกี่เปอร์เซ็นต์?

ในเดือนที่สาม จำนวนเปอร์เซ็นต์ของเราเพิ่มขึ้นเป็น 20 เปอร์เซ็นต์ ในเดือนต่อมา เพิ่มขึ้นเป็น 25 เปอร์เซ็นต์ ในบางเดือนไม่มีความคืบหน้าเลย แต่บางเดือนก็เพิ่มขึ้นอย่างรวดเร็ว อย่างไรก็ตาม ตลอดช่วงเวลาของการพัฒนาก็มีหลักการอย่างหนึ่งที่ปรากฏชัดขึ้นมา นั่นคือ ยิ่งเราฝึกอบรมคนอื่นๆ ให้ทำตามอย่างพระเยซูมากเท่าไร พวกเขาก็ยิ่งไปฝึกอบรมคนอื่นๆ ให้ทำแบบเดียวกันมากเท่านั้น

ผมยังคงจำได้ถึงวันที่จอห์นและคนในท้องถิ่นคนอื่นๆ ได้แบ่งปันกับผมว่าคนที่เราได้ฝึกอบรมกำลังทำตามสิ่งที่เราสอนพวกเขาเก้าสิบเปอร์เซ็นต์ เราได้ทิ้งวิธีการแบบชาวตะวันตก วิธีการของชาวเอเชีย การฝึกอบรมแบบด๊อกเตอร์

ทิ้งประสบการณ์ต่างๆ ของเรา และเรียนรู้ที่จะไม่ไว้วางใจสิ่งใด นอกจากแบบอย่างที่พระเยซูทรงมอบไว้แก่เราเพื่อให้เราทำตามเท่านั้น

นี่เป็นที่มาของการฝึกอบรมตามอย่างพระเยซู (FJT) *"การสร้างสาวกที่สร้างต่อได้"* นั้นเป็นระบบการฝึกอบรมภาคปฏิบัติเพื่อเสริมสร้างผู้เชื่อให้ทำตามกลยุทธ์ห้าขั้นตอนของพระเยซูในการประกาศกับชนชาติต่างๆ ซึ่งเราเห็นได้ในพระกิตติคุณ 4 เล่มแรกของภาคพันธสัญญาใหม่ พระธรรมกิจการ ในจดหมายฝาก และในประวัติศาสตร์คริสตจักร เป้าหมายของการฝึกอบรมคือการพลิกฟื้น ไม่ใช่การเพิ่มข้อมูล ด้วยเหตุผลนี้เองทำให้บทเรียนเป็นดัง "เมล็ดพันธุ์" แห่งความจริงฝ่ายวิญญาณที่เข้าใจง่าย และยิ่งกว่านี้ยังสามารถนำไปถ่ายทอดต่อไปให้เกิดผลมากด้วย บทเรียนเหล่านี้ทำตามหลักการฝ่ายวิญญาณที่ว่า "เชื้อขนมปังเล็กน้อยทำให้ขนมปังฟูขึ้นทั้งก้อน" และเสริมกำลังผู้เชื่อให้กลายเป็นผู้ที่สอนคนอื่นต่อไปและเป็นผู้ติดตามพระคริสต์ที่มีความร้อนรน คำแนะนำอย่างหนึ่ง คือ ขอให้ท่านสอนโดยใช้เนื้อหาตามที่มีอยู่ในคู่มือนี้ โดยไม่เปลี่ยนเนื้อหาใดๆ อย่างน้อยห้ารอบก่อน (นอกจากจะปรับให้เข้ากับวัฒนธรรมในท้องถิ่นที่ท่านทำงานอยู่) ขอให้ท่านลองจินตนาการว่า ทีมอบรมกำลังเดินเคียงข้างท่านและกำลังนำท่านในการฝึกอบรมในห้าครั้งแรกนั้น ถนนของการฝึกอบรม *"การสร้างสาวกที่สร้างต่อได้"* ยังมีทางโค้งอีกหลายจุดที่ท่านไม่สามารถสังเกตเห็นจนกว่าท่านจะฝึกอบรมผู้อื่นทีละขั้นตอนหลายๆ รอบ ปัจจุบันมีผู้เชื่อและผู้ที่ไม่เชื่อหลายพันคนที่เคยรับการฝึกอบรมด้วยเนื้อหาในคู่มือนี้ ทั้งในเอเชียตะวันออกเฉียงใต้และในอเมริกา ขอให้ท่านทำตามคำแนะนำนี้เพื่อหลีกเลี่ยงสิ่งผิดพลาดที่คนอื่นเคยทำมาก่อน! ขอจำไว้ว่า คนฉลาดเรียนรู้จากความผิดพลาดของเขา คนมีปัญญาเรียนรู้จากความผิดพลาดของคนอื่น

เมื่อท่านเริ่มต้น เราต้องการให้ท่านรับทราบว่าการอบรม "ตามอย่างพระเยซู" ได้เปลี่ยนแปลงเราอย่างมากมาย เช่นเดียวกับที่ได้เปลี่ยนแปลงผู้ที่เราฝึกอบรม ขอพระเจ้ากระทำสิ่งเดียวกันนี้และมากยิ่งกว่านี้ในชีวิตของคุณ!

ตอนที่ 1

พื้นฐานในการปฏิบัติ

กลยุทธ์ของพระเยซู

กลยุทธ์ของพระเยซูเพื่อประกาศต่อประชาชาตินั้นเกี่ยวข้องกับห้าขั้นตอนได้แก่ ขั้นตอนการเติบโตอย่างเข้มแข็งในพระเจ้า ขั้นตอนการแบ่งปันพระกิตติคุณ ขั้นตอนการสร้างสาวก ขั้นตอนการเริ่มกลุ่มเล็กที่จะนำไปสู่การบุกเบิกคริสตจักร และ ขั้นตอนการพัฒนาผู้นำ แต่ละขั้นตอนสามารถยืนหยัดด้วยตัวเอง และสามารถนำไปใช้สนับสนุนขั้นตอนอื่นๆ เป็นวัฏจักรได้ด้วย คู่มือ FJT ช่วยเสริมสร้างผู้อบรมให้เป็นผู้นำการเปลี่ยนแปลงต่อกระแสการตั้งคริสตจักร ท่ามกลางพวกพ้อง โดยการทำตามแบบอย่างพระเยซู

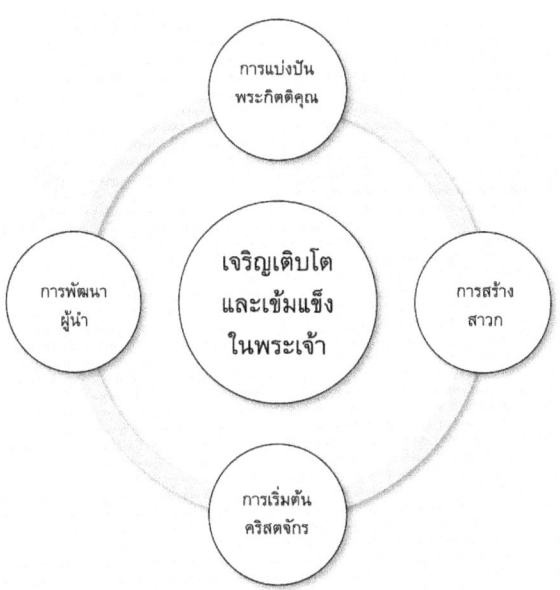

คู่มือการสร้างสาวกที่สร้างต่อได้ นำเสนอขั้นตอนสามประการแรก คือ ขั้นตอนการเติบโตอย่างเข้มแข็งในพระเจ้า ขั้นตอนการแบ่งปันพระกิตติคุณ และขั้นตอนการสร้างสาวก ผู้เข้าอบรมจะได้รับนิมิตเพื่อการทวีคูณ และถูกฝึกให้นำสาวกกลุ่มย่อย ถูกฝึกให้อธิษฐาน เชื่อฟังคำสั่งของพระเยซู และเดินในฤทธิ์อำนาจของพระวิญญาณบริสุทธิ์ (เติบโตอย่างเข้มแข็งในพระเจ้า) ผู้เข้าอบรมจะค้นพบวิธีการ

ร่วมงานกับพระเจ้าไม่ว่าเขาจะทำงานที่ไหนก็ตาม คือ พวกเขาจะเรียนรู้วิธีการแบ่งปันคำพยานของพวกเขา การหว่านพระกิตติคุณ และแบ่งปันนิมิตเพื่อการทวีคูณแก่หมู่พวกพ้อง (การแบ่งปันพระกิตติคุณ) เมื่อศึกษาจนจบหลักสูตรแล้ว ผู้เข้าอบรมจะได้รับเครื่องมือจำเป็นสำหรับการสร้างสาวก (ขั้นตอนที่ 3) ซึ่งจะนำพวกสาวกเหล่านั้นเข้ากลุ่มได้

ผู้เข้าอบรมที่สัตย์ซื่อในการฝึกอบรมผู้อื่นต่อไปในการใช้ *"การสร้างสาวกที่สร้างต่อได้"* อาจศึกษา *"การบุกเบิกคริสตจักรที่มีพลัง"* หรือ *"การฝึกอบรมผู้นำที่มีพลัง"* ต่อ ตามความจำเป็น *"การบุกเบิกคริสตจักรที่มีพลัง"* เป็นระบบการฝึกอบรมที่ถูกออกแบบมาเพื่อเสริมกำลังคริสตจักรให้เริ่มต้นกลุ่มใหม่ๆ และคริสตจักรใหม่ๆ การนำไปสู่กระแสการก่อตั้งคริสตจักร (ขั้นตอนที่ 4 ในกลยุทธ์ของพระเยซู) *"การฝึกอบรมผู้นำที่มีพลัง"* คือ ระบบการฝึกอบรมที่ถูกสร้างขึ้นมาเพื่อพัฒนาผู้นำฝ่ายวิญญาณที่มีความร้อนรน (ขั้นตอนที่ 5 ของกลยุทธ์ของพระเยซู) โดยมุ่งไปสู่เป้าหมายสุดท้ายของกระแสการก่อตั้งคริสตจักร ระบบทั้งสองอย่างนี้ ได้เปิดเผยพันธกิจและวิธีการของพระเยซู เป็นเครื่องมือที่ถอดแบบทำตามได้ง่ายสำหรับผู้เข้าอบรม และพวกเขาจะสามารถนำไปทำเป็นตัวอย่าง เพื่อให้คนอื่นๆ ทำตามได้อีกด้วย

ข้อพระคัมภีร์ต่อไปนี้ยืนยันขั้นตอนทั้งห้าที่กล่าวถึงข้างต้นในพันธกิจของพระเยซู กลยุทธ์ที่เปโตรและเปาโลใช้นั้นแสดงให้เห็นว่าพวกเขาเลียนแบบพระเยซูด้วยการทำตามรูปแบบอย่างเดียวกัน การฝึกอบรมตามอย่างพระเยซูทำให้เราสามารถทำอย่างนั้นได้ด้วย

พระเยซู

เติบโตอย่างเข้มแข็งในพระเจ้า

> ลูกา 2:52 พระเยซูก็ได้จำเริญขึ้นในด้านสติปัญญา ในด้านร่างกาย และเป็นที่ชอบจำเพาะพระเจ้า และต่อหน้าคนทั้งปวงด้วย

แบ่งปันพระกิตติคุณ

มาระโก 1:14, 15 ครั้นยอห์นถูกอายัดแล้ว พระเยซูได้เสด็จมายังแคว้นกาลิลี ทรงเทศนาประกาศข่าวประเสริฐของพระเจ้า และตรัสว่า "เวลากำหนดมาถึงแล้ว และแผ่นดินของพระเจ้าก็มาใกล้แล้ว จงกลับใจเสียใหม่ และเชื่อข่าวประเสริฐเถิด"

สร้างสาวก

มาระโก 1:16-18 ขณะที่พระองค์เสด็จไปตามชายทะเลสาบกาลิลี ก็ทอดพระเนตรเห็นชาวประมงสองคนคือ ซีโมนและอันดรูว์น้องของซีโมน กำลังทอดแหอยู่ที่ทะเลสาบ พระเยซูตรัสกับเขาว่า "จงตามเรามาเถิด และเราจะตั้งท่านให้เป็นผู้หาคนดังหาปลา" เขาก็ละแหตามพระองค์ไปทันที

เริ่มกลุ่มเล็ก/คริสตจักร

มาระโก 3:14, 15 พระองค์จึงทรงตั้งศิษย์สิบสองคนไว้ให้อยู่กับพระองค์ เพื่อจะทรงใช้เขาไปประกาศ และให้มีอำนาจขับผีออกได้ (ดูในมาระโก 3:16-19, 31, 35 ประกอบ)

ฝึกอบรมผู้นำ

มาระโก 6:7-10 พระองค์ทรงเรียกสาวกสิบสองคนมา แล้วทรงใช้เขาให้ออกไปเป็นคู่ๆ ทรงประทานอำนาจให้เขาขับผีร้ายออกได้ และตรัสกำชับเขาไม่ให้เอาอะไรไปใช้ตามทาง เว้นแต่ไม้เท้าสิ่งเดียว ห้ามมิให้เอาอาหารหรือย่าม หรือหาสตางค์ใส่ไถ้ไป แต่ให้สวมรองเท้าและไม่ให้สวมเสื้อสองตัว แล้วพระองค์ตรัสสั่งเขาว่า "ถ้าไปแห่งใดเมื่อเข้าอาศัยในเรือนไหน ก็อาศัยในเรือนนั้น จนกว่าจะไปจากที่นั่น"

เปโตร

เติบโตอย่างเข้มแข็งในพระเจ้า

กิจการ 1:13,14 เมื่อเข้ากรุงแล้วเขาเหล่านั้นจึงขึ้นไปยังห้องชั้นบนที่เคยพักอยู่นั้น มีเปโตร ยอห์น ยากอบกับอันดรูว์ ฟีลิปกับโธมัส บารโธโลมิวกับมัทธิว ยากอบบุตรอัลเฟอัส ซีโมน พรรคชาตินิยม กับยูดาสบุตรยากอบ พวกเขาร่วมใจกันขะมักเขม้นอธิษฐานพร้อมกับพวกผู้หญิง และมารีย์มารดาของพระเยซูและพวกน้องชายของพระองค์ด้วย

แบ่งปันพระกิตติคุณ

กิจการ 2:38, 39 ฝ่ายเปโตรจึงกล่าวแก่เขาว่า "จงกลับใจใหม่และรับบัพติศมา ในพระนามแห่งพระเยซูคริสต์สิ้นทุกคน เพื่อพระเจ้าจะทรงยกความผิดบาปของท่านเสีย แล้วท่านจะได้รับพระราชทานพระวิญญาณบริสุทธิ์"

สร้างสาวก

กิจการ 2: 42, 43 เขาทั้งหลายได้ขะมักเขม้นฟังคำสอนของจำพวกอัครทูตและร่วมสามัคคีธรรม ทั้งขะมักเขม้นในการหักขนมปังและการอธิษฐาน เขามีความเกรงกลัวด้วยกันทุกคน และพวกอัครทูตทำการอัศจรรย์ และหมายสำคัญหลายประการ

เริ่มกลุ่มเล็ก/คริสตจักร

กิจการ 2: 44-47 บรรดาผู้ที่เชื่อถือนั้นก็อยู่พร้อมกัน ณ ที่แห่งเดียว และทรัพย์สิ่งของของเขาเหล่านั้นเขาเอามารวมกันเป็นของกลาง เขาจึงได้ขายที่ดินและทรัพย์สิ่งของ มาแบ่งให้แก่คนทั้งปวงตามซึ่งทุกคนต้องการ เขาได้ร่วมใจกันไปในพระวิหาร และหักขนมปังตามบ้านของเขา ร่วมรับประทานอาหารด้วยความชื่นชมยินดีและใจกว้างขวาง ทุกวันเรื่อยไป ทั้งได้สรรเสริญพระเจ้าและคนทั้งปวงก็ชอบใจ ฝ่ายองค์พระผู้เป็นเจ้า ได้ทรงโปรดให้คนทั้งหลายซึ่งกำลังจะรอด มาเข้ากับพวกสาวกทุกวันๆ

ฝึกอบรมผู้นำ

กิจการ 6:3, 4 เหตุฉะนั้นพี่น้องทั้งหลายจงเลือกเจ็ดคนในพวกท่าน ที่มีชื่อเสียงดีประกอบด้วยพระวิญญาณบริสุทธิ์และสติปัญญา เราจะตั้งเขาให้ดูแลการงานนี้ ฝ่ายพวกเราจะขะมักเขม้นอธิษฐาน และรับใช้พระเจ้าในพันธกิจแห่งพระวจนะเสมอไป (ดูในกิจการ 6:5, 6 ประกอบ)

เปาโล

เติบโตอย่างเข้มแข็งในพระเจ้า

กาลาเทีย 1:15-17 แต่เมื่อพระเจ้าผู้ทรงสรรข้าพเจ้าไว้ตั้งแต่อยู่ในครรภ์มารดา และได้ทรงโปรดบัญชาใช้ข้าพเจ้าโดยพระคุณของพระองค์ ทรงพอพระทัยที่จะทรงสำแดงพระบุตรของพระองค์แก่ข้าพเจ้าโดยพระคุณของพระองค์ เพื่อให้ข้าพเจ้าประกาศพระบุตรแก่คนต่างชาตินั้น ข้าพเจ้าก็มิได้ปรึกษากับมนุษย์คนใดเลย และข้าพเจ้าก็ไม่ได้ขึ้นไปยังกรุงเยรูซาเล็ม เพื่อพบกับผู้ที่เป็นอัครทูตก่อนข้าพเจ้า แต่ข้าพเจ้าได้ออกไปยังประเทศอาระเบียทันที แล้วก็กลับมายังกรุงดามัสกัสอีก

แบ่งปันพระกิตติคุณ

กิจการ 14:21 ท่านทั้งสอง (เปาโลและบารนาบัส) ได้ประกาศข่าวประเสริฐในเมืองนั้น และได้คนมาเป็นสาวกมาก จึงกลับไปยังเมืองลิสตรา เมืองอิโคนียูม และเมืองอันทิโอก

สร้างสาวก

กิจการ 14:22 กระทำให้ใจของสาวกทั้งหลายถือมั่นขึ้น เตือนเขาให้ดำรงอยู่ในพระศาสนา และสอนให้เขาเข้าใจว่า เราทั้งหลายจำต้องทนความยากลำบากมาก จึงจะได้เข้าในแผ่นดินของพระเจ้า

เริ่มกลุ่มเล็ก/คริสตจักร

กิจการ 14:23 ท่านทั้งสองได้เลือกตั้งผู้ปกครองสาวกไว้ในทุกคริสตจักร ได้อธิษฐานและถืออดอาหาร ฝากสาวกไว้กับองค์พระผู้เป็นเจ้า ที่เขาเชื่อถือนั้น

ฝึกอบรมผู้นำ

กิจการ 16:1-3 ฝ่ายเปาโลไปยังเมืองเดอร์บีกับเมืองลิสตราด้วย และนี่แน่ะ ที่นั่นมีสาวกคนหนึ่งชื่อทิโมธี มารดาเป็นชาติยิว และเป็นศิษย์พระเยซู แต่บิดาเป็นชาติกรีก ทิโมธีมีชื่อเสียงดีในหมู่พวกพี่น้อง ที่อยู่ในเมือง ลิสตราและเมืองอิโคนียูม เปาโลจะใคร่พาทิโมธีไปด้วยกัน...

ประวัติศาสตร์คริสตจักร

ตลอดประวัติศาสตร์คริสตจักร เราเห็นว่ามีการใช้ขั้นตอนอย่างเดียวกันทั้งห้านี้อย่างชัดเจน ไม่ว่าจะเป็น เซ็นท์ เบเนดิคท์, เซ็นท์ ฟรานซิส แห่งอัสซิซิ, ปีเตอร์ วาลโด้ กับ วาลเด้น, เจค้อปส์ สเป็นเนอร์ กับ เพียทิส, จอห์น เวสเล่ย กับ เมโธดิสท์, โจนาธาน เอ็ดวาร์ด กับ เพอริตัน, กิลเบอร์ท เท็นแนนท์ กับ แบ๊พติสท์, ดอว์สัน ทร็อทมัน กับ เนวิเกเตอร์, บิลลี่ เกรแฮม กับ โมเดิร์น อีแวนเจลิสซึ่ม, หรือ บิล ไบร้ท์ กับ แคมปัส ครูเสด ฟอร์ ไคร้ส์ รูปแบบอย่างเดียวกันปรากฏออกมาครั้งแล้วครั้งเล่า

พระเยซูตรัสในมัทธิว 16:18 ว่า *"เราจะสร้างคริสตจักรของเรา"* รูปแบบนี้เป็นวิธีการของพระองค์ และ FJT เสริมกำลังผู้เชื่อให้ทำตามอย่างพระเยซูด้วยสิ้นสุดหัวใจ สิ้นสุดจิต สิ้นสุดความคิด และสิ้นสุดกำลังของพวกเขา

การอบรมผู้อบรม

ชั่วโมงฝึกอบรมนี้ให้รายละเอียดเกี่ยวกับวิธีการฝึกผู้อบรมด้วยวิธีการถอดแบบ สิ่งแรก เราจะแบ่งปันกับท่านถึงผลลัพธ์ ที่ท่านสามารถคาดหวังได้อย่างเหมาะสมหลังจากการฝึกอบรมคนอื่นๆ ด้วย "*การสร้างสาวกที่สร้างต่อได้*" จากนั้น เราจะให้แนวทางแก่ท่านสำหรับขั้นตอนการฝึกอบรมซึ่งประกอบไปด้วย 1) การนมัสการ, 2) การอธิษฐาน, 3) การอบรมภาคความรู้ และ 4) การอบรมภาคปฏิบัติ ทั้งหมดนี้ตั้งอยู่บนพื้นฐานของพระบัญชาที่สำคัญที่สุด สุดท้ายเราจะแบ่งปันหลักการบางประการที่เป็นกุญแจสำคัญในการฝึกอบรมผู้อบรมที่เราได้ค้นพบจากประสบการณ์การฝึกอบรมผู้อบรมเป็นนับพันครั้ง

จุดประสงค์ของการฝึกอบรม

หลังจากจบการอบรม"*การสร้างสาวกที่สร้างต่อได้*" แล้ว ผู้เข้าอบรมจะสามารถ:

- สอนบทเรียนพื้นฐานทั้ง 10 บท ซึ่งตั้งอยู่บนพื้นฐานของสิ่งที่พระคริสต์กระทำต่อผู้อื่น โดยใช้ขั้นตอนการอบรมเพื่อให้สอนผู้อื่นต่อไปได้

- จดจำภาพทั้ง 8 ภาพที่แสดงให้เห็นอย่างชัดเจนถึงการเป็นผู้ทำตามอย่างพระเยซูได้

- นำกลุ่มย่อยให้มีประสบการณ์ในการนมัสการบนพื้นฐานของพระมหาบัญชาที่สำคัญที่สุด

- แบ่งปันคำพยานที่เต็มไปด้วยฤทธิ์อำนาจและนำเสนอพระกิตติคุณด้วยความมั่นใจ

- นำเสนอนิมิตที่เป็นรูปธรรมในการเข้าหาผู้หลงหายและฝึกอบรมผู้เชื่อโดยการใช้แผนผังกิจการบทที่ 29

- เริ่มต้นกลุ่มสาวก (ซึ่งบางกลุ่มจะกลายมาเป็นคริสตจักร) และฝึกอบรมผู้อื่นให้ทำอย่างเดียวกัน

ขั้นตอน

ในการศึกษาแต่ละครั้งขอให้ใช้รูปแบบอย่างเดียวกัน โดยมีตารางเวลาเป็นระเบียบการดังต่อไปนี้

นมัสการ

- 10 นาที

- ขอให้สักคนหนึ่งอธิษฐานเปิดการประชุมด้วยการขอพระพรจากพระเจ้า และขอการทรงนำสำหรับทุกคนในกลุ่ม ให้แต่งตั้งคนใดคนหนึ่งในกลุ่มให้เป็นผู้นำเพลงนมัสการ (ซึ่งขึ้นอยู่กับบริบทของท่าน) สามารถเลือกใช้เครื่องดนตรีได้

อธิษฐาน

- 10 นาที

- ให้ผู้เข้าอบรมจับคู่กับผู้ที่เขาไม่เคยเป็นคู่ด้วยมาก่อน แล้วให้แต่ละคู่แบ่งปันคำตอบของคำถามต่อไปนี้แก่กันและกัน
    1. เราจะอธิษฐานเผื่อคนที่ยังไม่รู้จักพระเจ้าที่เรารู้จักให้ได้รับความรอดอย่างไร?
    2. เราจะอธิษฐานเผื่อกลุ่มฝึกอบรมที่คุณกำลังฝึกอบรมอยู่ได้อย่างไร?

- ถ้าหากผู้เข้าอบรมยังไม่ได้เริ่มต้นกลุ่ม ขอให้คู่ของพวกเขาช่วยเขาเขียนรายชื่อเพื่อนๆ และสมาชิกครอบครัวของพวกเขาเท่าที่เป็นไปได้เพื่อเป็นการฝึกหัด แล้วจึงอธิษฐานร่วมกับผู้เข้าอบรมสำหรับรายชื่อของบุคคลเหล่านั้น

การอบรมภาคความรู้ (30 นาที)

ระบบการฝึกอบรมตามอย่างพระเยซู ใช้กระบวนการดังต่อไปนี้: นมัสการ อธิษฐาน อบรมภาคความรู้ อบรมภาคปฏิบัติ ซึ่งกระบวนการเหล่านี้ตั้งอยู่บนพื้นฐานการนมัสการแบบง่ายและมีการเขียนอธิบายไว้ในหน้าที่ 31 และสิบบทเรียนในคู่มือ FJT ในภาค "การอบรมภาคความรู้" ถูกอธิบายไว้ดังต่อไปนี้

- แต่ละช่วงของ "การอบรมภาคความรู้" จะเริ่มต้นด้วยการ "ทบทวน" ภาพของพระคริสต์ทั้ง 8 ภาพและบทเรียนต่างๆ ที่ได้ศึกษาจนเข้าใจแล้ว เมื่อจบการฝึกอบรม ผู้เข้าอบรมจะสามารถท่องจำการสัมมนาทั้งหมดได้

- หลังจากการ "ทบทวน" แล้ว ขอให้ผู้อบรมหรือผู้อบรมฝึกหัดทำการอบรมผู้เข้าอบรมด้วยบทเรียนที่ใช้ในปัจจุบัน ย้ำผู้เข้าอบรมให้ฟังอย่างตั้งใจเพราะพวกเขาจะต้องฝึกอบรมกันเองภายหลัง

- เมื่อผู้อบรมนำเสนอบทเรียน พวกเขาควรใช้การจัดลำดับดังต่อไปนี้
    1. ถามคำถาม
    2. อ่านข้อพระคัมภีร์
    3. หนุนใจผู้เข้าอบรมให้ตอบคำถาม

    ในขั้นตอนนี้เราให้พระวจนะของพระเจ้ามีสิทธิอำนาจสูงสุดสำหรับชีวิต ไม่ใช่ผู้อบรม บ่อยครั้งที่ผู้อบรมถามคำถาม แล้วก็ให้คำตอบ หลังจากนั้นก็ยกข้อพระคัมภีร์เพื่อสนับสนุนคำตอบของตัวเอง การจัดลำดับ

แบบนี้เป็นการให้สิทธิอำนาจแก่ผู้อบรมสูงสุดแทนที่จะเป็นพระวจนะของพระเจ้า

- ถ้าหากผู้เข้าอบรมตอบคำถามไม่ถูกต้อง อย่าแก้ไขพวกเขา แต่ขอให้ผู้เข้าอบรมอ่านข้อพระคัมภีร์ออกเสียงและตอบคำถามอีกครั้งหนึ่ง

- แต่ละบทเรียนจะจบลงด้วยการท่องข้อพระคัมภีร์ ผู้อบรมและผู้เข้าอบรมยืนขึ้นด้วยกันและท่องข้อพระคัมภีร์ด้วยกันสิบรอบโดยให้พูดชื่อข้อพระคัมภีร์ก่อนแล้วจึงค่อยท่องเนื้อหาในข้อพระคัมภีร์นั้น ผู้เข้าอบรมอาจดูจากพระคัมภีร์ของพวกเขาเองหรือดูจากคู่มือแนะนำสำหรับผู้เข้าอบรมในการท่องข้อพระคัมภีร์หกครั้งแรก และในสี่ครั้งสุดท้าย ขอให้พวกเขาท่องข้อพระคัมภีร์ออกมาจากใจโดยไม่ต้องดูหนังสือ เมื่อผู้เข้าอบรมทุกคนท่องข้อพระคัมภีร์ครบสิบรอบแล้วก็ให้พวกเขานั่งลงได้

การอบรมภาคปฏิบัติ (30 นาที)

- ก่อนหน้านี้ผู้เข้าอบรมได้จับคู่ในช่วงของ "การอธิษฐาน" และคู่อธิษฐานคนเดียวกันนี้เป็นคู่ฝึกปฏิบัติด้วย

- ในแต่ละบทเรียนมีวิธีการเลือกว่าใครจะเป็น "ผู้นำ" ของแต่ละคู่นั้น (ผู้นำคือคนที่จะเป็นผู้สอนก่อน) ผู้อบรมแจ้งถึงวิธีการเลือก "ผู้นำ"

- "ผู้นำ" ที่ถูกเลือกนั้นทำการอบรมคู่ของพวกเขาตามรูปแบบที่พวกเขาได้รับการฝึกอบรมมา รวมถึง "การทบทวน" "การดูบทเรียนใหม่" และจบลงด้วย "การท่องข้อพระคัมภีร์" ผู้เข้าอบรมยืนขึ้นท่องข้อพระคัมภีร์และนั่งลงเมื่อท่องเสร็จ เพื่อผู้อบรมจะสามารถมองเห็นได้ว่าใครบ้างที่เสร็จแล้ว

- เมื่อคนที่เริ่มต้นเป็นคนแรกของแต่ละคู่ทำตามขั้นตอนเสร็จแล้ว ก็ให้อีก

การสร้างสาวกที่สร้างต่อได้

คนทำตามขั้นตอนนั้นเหมือนกันเพื่อพวกเขาจะได้ฝึกหัดในภาคปฏิบัติ ขอให้ท่านตรวจสอบให้แน่ใจว่าแต่ละคู่นั้นไม่ได้ข้ามขั้นตอนหรือลัดขั้นตอน

- ขอให้ท่านเดินตรวจตรารอบๆ ห้องในขณะที่พวกเขากำลังฝึกหัดเพื่อเป็นการตรวจสอบให้แน่ใจว่าพวกเขาทำตามสิ่งที่ท่านสอนจริงๆ การไม่ทำสัญญาณมือเป็นสิ่งที่บ่งชี้ว่าพวกเขาไม่ได้เลียนแบบคุณ ขอให้เน้นย้ำเสมอว่าพวกเขาต้องเลียนแบบในสิ่งที่คุณสอนพวกเขา

- ให้เขาหาคู่ใหม่ และผลัดกันฝึกปฏิบัติอีกครั้ง

ช่วงจบบทเรียน (20 นาที)

- ชั่วโมงเรียนส่วนใหญ่จะจบลงด้วยการทำกิจกรรมเพื่อการนำไปปฏิบัติได้จริง ให้เวลาแก่ผู้เข้าอบรมเพื่อทำแผนที่กิจการบทที่ 29 และหนุนใจพวกเขาให้เดินไปหาเพื่อนๆ ในห้องเพื่อรับเอาแนวความคิดจากเพื่อนๆ ด้วย

- แจ้งข่าวสารที่จำเป็น แล้วขอให้ใครสักคนอธิษฐานอวยพรชั่วโมงเรียน และสิ่งที่พวกเขาได้เรียนรู้ ขอให้ผู้ที่ไม่เคยอธิษฐานมาก่อนเป็นผู้อธิษฐานก่อนจบสัมมนา ทุกคนควรมีโอกาสได้อธิษฐานปิดอย่างน้อยหนึ่งครั้ง

หลักการ

เราค้นพบหลักการต่อไปนี้ในท่ามกลางการสอนผู้คนนับพันครั้งในช่วงสิบปีที่ผ่านมาในประสบการณ์ของเรา หลักการต่างๆ ไม่ได้เจาะจงสำหรับวัฒนธรรมใดๆ เราได้เห็นแล้วว่ามันใช้ได้ผลทั้งในแถบเอเชีย อเมริกา และแอฟริกา (เรายังไม่ทราบว่าจะใช้ได้ผลในยุโรปหรือไม่)

- **กฎของหมายเลขห้า** – ผู้เข้าอบรมต้องฝึกปฏิบัติตามแต่ละบทเรียนห้าครั้งก่อนที่พวกเขาจะมีความมั่นใจซึ่งเป็นสิ่งจำเป็นในการฝึกอบรมคนอื่น

ต่อไป การอบรมในภาคปฏิบัตินั้นประกอบไปด้วยการฟังคนอื่นฝึกปฏิบัติ หรือการลงมือทำด้วยตนเอง ด้วยเหตุผลนั้นเอง เราแนะนำให้ทำภาคปฏิบัติสองครั้ง ผู้เข้าอบรมควรฝึกปฏิบัติหนึ่งครั้งกับคู่อธิษฐานของตัวเอง แล้วฝึกปฏิบัติตามบทเรียนอีกครั้งหนึ่ง

- **น้อยกว่าดีกว่ามากกว่า** – ผู้เข้าอบรมส่วนใหญ่ได้รับการศึกษามากกว่าศักยภาพที่จะทำตามสิ่งที่เรียนรู้ได้ ข้อผิดพลาดที่มักจะเกิดขึ้นในท่ามกลางผู้ฝึกอบรมคือการที่พวกเขาให้ข้อมูลแก่ผู้เข้าอบรมมากเกินกว่าที่พวกเขาจะกระทำตามได้ ในระยะยาว รูปแบบการฝึกอบรมเช่นนี้จะส่งผลให้ผู้เข้าอบรมมีความรู้มากแต่นำไปประยุกต์ใช้ได้เพียงเล็กน้อยเท่านั้น ทุกครั้งเราพยายามให้ "ข้อมูลฉบับกระเป๋า" ไม่ใช่ "ข้อมูลหีบใหญ่" แก่ผู้เข้าอบรมเพื่อพวกเขาจะสามารถพกพาติดตัวและนำไปประยุกต์ใช้ได้

- **ผู้เข้าอบรมที่แตกต่างกันเรียนรู้ด้วยวิธีที่แตกต่างกัน** – ผู้คนจะเรียนรู้ด้วยรูปแบบที่แตกต่างกันสามอย่าง คือ การได้ยิน การมองเห็น และการลงมือทำ ดังนั้นเพื่อให้การอบรมเกิดผล ทุกบทเรียนจึงต้องมีรูปแบบการเรียนรู้ทั้งสามอย่างนี้ อย่างไรก็ตามการอบรมส่วนใหญ่จะมีเพียงหนึ่งหรือสองอย่างของรูปแบบเหล่านี้ เป้าหมายของเราคือการเห็นการเปลี่ยนแปลงเกิดขึ้นกับกลุ่มคนที่มีอยู่ ระบบในการฝึกอบรมของเราจะรวมเอารูปแบบการเรียนรู้ทั้งสามอย่างโดยไม่ยกเว้นรูปแบบใดรูปแบบหนึ่ง

- **ขั้นตอนและบริบทมีความสำคัญ** – นักสำรวจได้ค้นพบการพัฒนาการอย่างมากมาย จากการศึกษาภาคผู้ใหญ่ ซึ่งส่งเสริมเราให้สอนโดยเน้นที่การปฏิรูปมากกว่าการเน้นที่ข้อมูล ตัวอย่างเช่น เรารู้ว่า "การสอนแบบบรรยาย" ที่มักจะใช้กันบ่อยๆ นั้น ไม่ใช่วิธีการเรียนรู้ที่ดีสำหรับนักศึกษาส่วนใหญ่ น่าเศร้าใจที่การฝึกอบรมส่วนใหญ่ยังคงทำตามรูปแบบนี้อยู่ ในการอบรมตามอย่างพระเยซูนั้น เรามุ่งเน้นเรื่องการถ่ายทอดเพื่อให้เกิดผล

และเราประเมินผลของเราตามความสามารถในการถ่ายทอดบทเรียนต่างๆ อย่างเกิดผลของผู้เข้าอบรมชนรุ่นถัดไป

- **ทบทวน ทบทวน ทบทวน** – อีกช่วงเวลาหนึ่งที่เรามักจะใช้เพื่อการท่องจำ คือ "การเรียนรู้บางสิ่งด้วยหัวใจ" ระบบในการฝึกอบรมของเราล้วนเกี่ยวข้องกับการเปลี่ยนแปลงหัวใจของผู้คน ดังนั้นหนึ่งในเป้าหมายของเรา คือ ผู้เข้าอบรมแต่ละคนจะสามารถท่องจำหลักสูตรในการฝึกอบรมต่างๆ ได้ ชั่วโมง "การทบทวน" ในช่วงเริ่มต้นของแต่ละการอบรมภาคความรู้ จะช่วยให้ผู้เข้าอบรมได้ลงมือกระทำตามในสิ่งที่พวกเขาได้เรียนรู้มาแล้ว ดังนั้นขออย่าได้ข้ามขั้นตอนในการทบทวน จากประสบการณ์ของเรา แม้แต่ชาวนาในแถบเอเชียตะวันออกเฉียงใต้ที่เรียนจบแค่ชั้นประถมปีที่ 3 สามารถทบทวนเนื้อหาที่มีอยู่ทั้งหมดของ "**การสร้างสาวกที่สร้างต่อได้**" โดยการใช้สัญญาณมือ

- **สร้างบทเรียน** – เมื่อเราฝึกอบรมผู้อื่น เรา"สร้าง" บทเรียนเพื่อช่วยในการจดจำและเป็นการให้ความมั่นใจแก่ผู้เข้าอบรม ตัวอย่างเช่น เราถามคำถามแรก อ่านพระคัมภีร์ เฉลยคำตอบ และแสดงสัญญาณมือ แล้วเราก็อ่านคำถามที่สองและทำตามขั้นตอนอย่างเดียวกัน ก่อนที่เราจะไปสู่คำถามที่สาม เราก็ทบทวนคำถาม คำตอบ และสัญญาณมือของคำถามแรกและคำถามที่สองก่อน เราทำตามขั้นตอนเหล่านี้ตลอดบทเรียนทั้งหมด เรา "สร้างเสริม" บทเรียนด้วยทุกๆ คำถามใหม่ สิ่งนี้ช่วยให้ผู้เข้าอบรมเข้าใจเนื้อหาในบทเรียนทั้งหมดและสามารถจดจำได้ดียิ่งขึ้น

- **จงทำเป็นตัวอย่าง** – ผู้คนทำตามในสิ่งที่พวกเขามองเห็น การฝึกอบรมคือการดำเนินชีวิตตามบทเรียนนั้น ไม่ใช่แค่การป้อนหรือสอนข้อมูลให้กับคนอื่นเท่านั้น เรื่องเล่าที่สดใหม่เกี่ยวกับวิธีการทำงานของพระเจ้าในชีวิตของเราเป็นแรงบันดาลใจให้กับคนที่เราฝึกอบรม การฝึกอบรมไม่ใช่ภาระหน้าที่ แต่เป็นวิถีชีวิต กระแสการก่อตั้งคริสตจักรเกิดตามอัตราส่วนจำนวนผู้เชื่อในกลุ่มคนที่รับเอาทัศนคตินี้ไปปฏิบัติ

การนมัสการแบบง่าย

การนมัสการแบบง่ายเป็นองค์ประกอบที่สำคัญยิ่งของการอบรมตามอย่าง พระเยซู ซึ่งเป็นหนึ่งในทักษะที่เป็นกุญแจสำคัญของการสร้างสาวก การนมัสการแบบง่ายสอนผู้คนให้รู้ถึงวิธีการเชื่อฟังพระบัญชาเรื่องการรักพระเจ้าด้วยสุดหัวใจ ด้วยสุดดวงจิต ด้วยสุดความคิด และด้วยสิ้นสุดกำลังของพวกเขา และการนมัสการแบบง่ายมีพื้นฐานบนพระมหาบัญชาด้วย

เรารักพระเจ้าด้วยสิ้นสุดหัวใจของเรา ดังนั้นเราจึงนมัสการพระองค์ เรารักพระเจ้าด้วยสิ้นสุดดวงจิต ดังนั้นเราจึงอธิษฐานต่อพระองค์ เรารักพระเจ้าด้วยสิ้นสุดความคิด ดังนั้นเราจึงศึกษาพระคัมภีร์ สุดท้าย..เรารักพระเจ้าด้วยสิ้นสุดกำลัง ดังนั้นเราจึงฝึกปฏิบัติตามสิ่งที่เราได้เรียนรู้มาแล้วเพื่อจะสามารถแบ่งปันให้กับผู้อื่นต่อไปได้

พระเจ้าได้ทรงอวยพรกลุ่มเล็กๆ ต่างๆ ทั่วทั้งแถบเอเชียตะวันออกเฉียงใต้ที่ค้นพบว่าพวกเขาสามารถนมัสการแบบง่ายๆ ในที่ไหนๆ ก็ได้ ไม่ว่าจะเป็นที่บ้าน ที่สวนสาธารณะ ในร้านอาหาร ในชั้นระวีวันอาทิตย์ หรือแม้แต่ในศูนย์รวมที่ของศาสนาต่างๆ ก็ตาม

กำหนดรายการ

- กลุ่มหนึ่งที่มีสี่คนจะใช้เวลายี่สิบนาทีในการนมัสการแบบง่าย

- ในการจัดสัมมนา เรามีการนมัสการแบบง่ายในช่วงเริ่มต้นของแต่ละวัน และ/หรือหลังจากพักรับประทานอาหารกลางวัน

- เมื่อคุณนำนมัสการแบบง่ายในครั้งแรก ให้คุณนำนมัสการเพื่อเป็นแบบอย่างให้แก่กลุ่มต่างๆ ขอให้ใช้เวลาเพื่ออธิบายวิธีการในแต่ละส่วนด้วย

- หลังจากที่คุณทำเป็นแบบอย่างในการนำนมัสการแบบง่ายแล้ว ขอให้แต่ละคนที่อยู่ในการฝึกอบรมเลือกคู่ของตัวเอง โดยปกติผู้เข้าอบรมจะเลือก

การสร้างสาวกที่สร้างต่อได้

เพื่อนของตัวเอง เมื่อทุกคนจับคู่ได้แล้ว ขอให้แต่ละคู่ไปรวมตัวกับอีกคู่หนึ่ง จะทำให้ได้กลุ่มซึ่งมี 4 คน

- ขอให้แต่ละกลุ่มออกมาด้านหน้าและแนะนำชื่อกลุ่มของตัวเอง แล้วจึงวนไปจนครบทุกกลุ่มในชั้นเรียน พยายามเรียกชื่อกลุ่มของพวกเขาตลอดระยะเวลาการฝึกอบรม

- ในรูปแบบของการอบรมประจำสัปดาห์ เรามักจะสอนผู้คนเรื่องการนมัสการแบบง่ายก่อน เราจะสอนทบทวนการนมัสการแบบง่ายอีกครั้งหลังจากที่สอนสองบทเรียนเสร็จแล้ว

ขั้นตอน

- แบ่งกลุ่มโดยให้แต่ละกลุ่มมีสี่คน

- แต่ละคนมีส่วนรับผิดชอบที่แตกต่างกันในการนำนมัสการแบบง่าย

- ทุกครั้งที่ฝึกการนมัสการแบบง่าย ผู้เข้าอบรมจะสลับหมุนเวียนบทบาทต่างๆ เมื่อจบการฝึกอบรมแล้ว พวกเขาจะมีโอกาสฝึกทุกบทบาท อย่างน้อยบทบาทละสองครั้ง

การนมัสการ

- ให้หนึ่งคนนำกลุ่มร้องเพลงสรรเสริญสองเพลง (ขึ้นอยู่กับบริบทของท่าน)

- เครื่องดนตรีจะมีหรือไม่มีก็ได้

- ในชั่วโมงการฝึกอบรม ขอให้ผู้เข้าอบรมจัดเก้าอี้ให้นั่งแบบสบายๆ เหมือนอยู่ในร้านกาแฟ

- ทุกกลุ่มจะร้องเพลงไม่เหมือนกัน และนั่นเป็นสิ่งที่ดี

- อธิบายให้แต่ละกลุ่มเข้าใจว่า นี่เป็นเวลาที่จะนมัสการพระเจ้าด้วยสุดหัวใจร่วมกันเป็นกลุ่ม ไม่ใช่เป็นการแข่งกันว่ากลุ่มใดจะร้องเพลงดังที่สุด

การอธิษฐาน

- ให้อีกคนหนึ่ง (ที่ไม่ใช่ผู้นำนมัสการ) นำกลุ่มอธิษฐาน

- ผู้นำอธิษฐานขอให้สมาชิกกลุ่มเสนอหัวข้ออธิษฐาน และเขียนลงในกระดาษ

- ผู้นำอธิษฐานสัญญาว่าจะอธิษฐานเผื่อหัวข้อต่างๆ เหล่านี้จนกว่ากลุ่มจะพบกันอีกครั้ง

- หลังจากแต่ละคนได้นำเสนอหัวข้ออธิษฐานของตัวเองแล้ว ให้ผู้นำอธิษฐานอธิษฐานเผื่อกลุ่ม

การอบรมภาคความรู้

- ให้อีกคนหนึ่งในกลุ่มที่ประกอบด้วยสมาชิก 4 คน เป็นผู้นำกลุ่มในช่วงอบรมภาคความรู้

- ผู้นำภาคความรู้เล่าเรื่องจากพระคัมภีร์เรื่องหนึ่งด้วยคำพูดของเขา/เธอเอง เราขอแนะนำให้ใช้เรื่องจากพระกิตติคุณในช่วงเริ่มต้น

- ท่านอาจขอให้ผู้นำภาคความรู้อ่านเรื่องจากพระคัมภีร์ก่อนแล้วจึงค่อยเล่าด้วยคำพูดของพวกเขาเอง

- หลังจากผู้นำภาคความรู้เล่าเรื่องจากพระคัมภีร์แล้ว ขอให้พวกเขาถาม

การสร้างสาวกที่สร้างต่อได้

คำถามสามประการต่อกลุ่มของพวกเขา คือ

1. เรื่องนี้สอนสิ่งใดเกี่ยวกับพระเจ้าให้แก่เราบ้าง?

2. เรื่องนี้สอนสิ่งใดเกี่ยวกับผู้คนบ้าง?

3. ข้าพเจ้าได้เรียนรู้สิ่งใดที่จะช่วยให้ข้าพเจ้าทำตามพระเยซูได้บ้าง?

- ขอให้กลุ่มอภิปรายแต่ละคำถามร่วมกันจนกว่าผู้นำภาคความรู้จะเห็นว่าควรจบการอภิปรายในคำถามนั้นๆ ได้ แล้วจึงไปสู่คำถามต่อไป

การอบรมภาคปฏิบัติ

- ให้อีกคนหนึ่งในกลุ่มนำช่วงอบรมภาคปฏิบัติ

- ผู้นำภาคปฏิบัติช่วยกลุ่มทบทวนบทเรียนอีกครั้งจนมั่นใจว่าทุกคนเข้าใจบทเรียนและสามารถนำไปสอนผู้อื่นต่อได้

- ผู้นำภาคปฏิบัติเล่าเรื่องจากพระคัมภีร์เรื่องเดียวกันกับเรื่องที่ผู้นำภาคความรู้เล่า

- ผู้นำภาคปฏิบัติถามคำถามอย่างเดียวกันกับคำถามผู้ที่นำภาคความรู้ถาม และให้กลุ่มอภิปรายแต่ละคำถามอีกครั้ง

จบบทเรียน

- การนมัสการแบบง่ายจบลงด้วยการร้องเพลงนมัสการ หรือด้วยการกล่าวคำอธิษฐานขององค์พระผู้เป็นเจ้าร่วมกัน

หลักการที่เป็นกุญแจสำคัญเพื่อการจดจำ

- ถ้าจะให้ดีที่สุด กลุ่มนมัสการแบบง่ายควรมีสมาชิกสี่คน แต่ถ้าหากจำเป็นต้องมีสมาชิกห้าคน ขอให้มีเพียงกลุ่มเดียวเท่านั้นที่มีห้าคน สองกลุ่มๆ ละสามคนก็ดีกว่าหนึ่งกลุ่มที่มีหกคน

- กุญแจสำคัญประการหนึ่งในการเกิดผลในการนมัสการแบบง่าย คือ การที่แต่ละคนมีโอกาสสลับหมุนเวียนปฏิบัติหนึ่งในสี่กิจกรรมเหล่านี้ ซึ่งได้แก่: การนมัสการ อธิษฐาน ศึกษาภาคความรู้ และศึกษาภาคปฏิบัติ กลุ่มที่มีสมาชิกสี่คนสามารถสนับสนุนการเรียนรู้ทักษะใหม่ๆ และไม่เป็นการคุกคามเหมือนกับกลุ่มใหญ่ๆ

- หนุนใจให้กลุ่มต่างๆ นมัสการด้วยภาษาที่มาจากหัวใจของพวกเขา ถ้าหากในกลุ่มไม่มีนักร้อง (ซึ่งเป็นเรื่องที่เกิดขึ้นได้) ขอให้ช่วยเหลือกลุ่มนั้นๆ ด้วยการแนะนำให้พวกเขาอ่านออกเสียงพระธรรมสดุดีร่วมกัน

- ขอให้ท่านให้เวลาอย่างเพียงพอสำหรับผู้ที่กำลังนำการฝึกปฏิบัติแก่กลุ่ม ตลอดทั้งชั่วโมงการอบรมภาคปฏิบัตินี้ การรายงานผลในช่วงเวลาการปฏิบัตินี้ทำให้มีการถ่ายทอดการนมัสการแบบง่ายได้ ถ้าปราศจากชั่วโมงการอบรมภาคปฏิบัติแล้ว เวลาที่ผ่านไปจะเป็นเพียงกลุ่มการศึกษาพระคัมภีร์เท่านั้น นั่นเป็นสิ่งที่ท่านต้องการจริงๆ หรือ?

- ท่านอาจจะสังเกตว่า รูปแบบการนมัสการแบบง่าย เป็นกระบวนการเดียวกันกับกระบวนการของ FJT ซึ่งประกอบด้วยการนมัสการ อธิษฐาน ศึกษาภาคความรู้ และศึกษาภาคปฏิบัติ สิ่งแตกต่างที่เห็นได้ชัด คือ เนื้อหาของ "การศึกษาภาคความรู้" ในตอนท้ายของ FJT ผู้ที่เข้าอบรมจะ

ปฏิบัติการนมัสการแบบง่ายหลายครั้ง พวกเราอธิษฐานว่า พวกเขาเหล่านั้นจะนำกลุ่มและจะฝึกอบรมผู้อื่นให้นมัสการแบบง่ายร่วมกัน

ตอนที่ 2

การฝึกอบรม

1
ต้อนรับ

*การต้อนรับ*เป็นการเปิดชั่วโมงการฝึกอบรมหรือสัมมนาโดยการแนะนำผู้อบรมและผู้เข้าอบรมทุกคน ผู้อบรมแนะนำภาพทั้งแปดของพระเยซูให้กับผู้เข้าอบรม คือ ภาพทหาร ผู้แสวงหา ผู้เลี้ยง ผู้หว่าน พระบุตร องค์บริสุทธิ์ ผู้รับใช้ และผู้อารักขา พร้อมทำสัญญาณมือประกอบ เนื่องจากผู้คนเรียนรู้ด้วยการได้ยินเสียง การมองเห็น และการลงมือทำ การอบรมตามอย่างพระเยซูจึงรวมรูปแบบการเรียนรู้เหล่านี้เอาไว้ในทุกๆ ชั่วโมงเรียน

พระคัมภีร์กล่าวว่า พระวิญญาณบริสุทธิ์ทรงเป็นพระอาจารย์ของเรา ดังนั้นผู้เข้าอบรมจะได้รับการหนุนใจให้พึ่งพาพระวิญญาณตลอดระยะเวลาการฝึกอบรม ชั่วโมง *การต้อนรับ* จะจบลงด้วยการเปิด "ร้านน้ำชา" เพื่อสร้างบรรยากาศที่ผ่อนคลายให้แก่ผู้อบรมและผู้เข้าอบรม ซึ่งเป็นบรรยากาศอย่างเดียวกันกับบรรยากาศที่เหล่าสาวกและพระเยซูมีร่วมกันอย่างเพลิดเพลิน

นมัสการ

- ขอใครสักคนอธิษฐานขอการทรงสถิตและพระพรจากพระเจ้า

- ร้องเพลงนมัสการร่วมกันสองเพลง

การสร้างสาวกที่สร้างต่อได้

เริ่มต้นบทเรียน

แนะนำผู้อบรม

ผู้อบรมและผู้เข้าอบรมควรนั่งร่วมกันอยู่ในวงกลมเมื่อเริ่มต้นชั่วโมงเรียน ถ้าหากโต๊ะถูกจัดไว้แล้วก็ขอให้พวกเขาย้ายโต๊ะออกไป

- ผู้อบรมแสดงตัวอย่างให้ผู้เข้าอบรมว่าควรแนะนำตนเองอย่างไร

- ขอให้ผู้อบรมและผู้อบรมฝึกหัดแนะนำตัวเองให้แก่กันและกัน ให้พวกเขาบอกชื่อของคนอื่น บอกข้อมูลเกี่ยวกับครอบครัว เชื้อชาติ (ถ้าหากเหมาะสม) และพระพรที่เขาได้รับจากพระเจ้าในเดือนนี้

แนะนำผู้เข้าอบรม

- ให้ผู้เข้าอบรมจับคู่กัน

  บอกพวกเขาว่า "ขอให้คุณแนะนำตัวเองต่อซึ่งกันและกันตามอย่างที่ผม/ดิฉันได้ทำไป"

- พวกเขาควรรู้จักชื่อของคู่ ข้อมูลเกี่ยวกับครอบครัว เชื้อชาติ และสิ่งที่พระเจ้าทรงอวยพรคู่ของพวกเขาในเดือนที่ผ่านมา ขอให้พวกเขาจดบันทึกข้อมูลเหล่านั้นเพื่อพวกเขาจะไม่ลืม

- หลังจากประมาณห้านาที ขอให้ผู้เข้าอบรมแต่ละคู่แนะนำคู่ของพวกเขาให้กับคู่อื่นๆ โดยใช้วิธีการอย่างเดียวกันกับที่ท่านได้แนะนำคู่ของท่านให้กับพวกเขา

การต้อนรับ 39

แนะนำพระเยซู

"เราได้แนะนำตัวเราต่อคุณ และคุณก็ได้แนะนำตัวเองต่อกันและกันแล้ว เวลานี้เราอยากจะแนะนำคุณให้กับพระเยซู ในพระคัมภีร์มีหลายภาพที่เล็งถึงพระเยซู แต่เราจะมุ่งไปที่ภาพ 8 ภาพ"

ภาพ 8 ภาพที่เล็งถึงพระเยซูในพระคัมภีร์

- วาดวงกลมวงหนึ่งบนกระดานไวท์บอร์ดและวาดภาพที่เล็งถึงพระคริสต์ให้ผู้เข้าอบรมท่องจำภาพเหล่านั้นตามลำดับจนขึ้นใจและสามารถท่องได้อย่างง่ายดาย

การสร้างสาวกที่สร้างต่อได้

"พระเยซูทรงเป็นทหาร เป็นผู้แสวงหา เป็นผู้เลี้ยง เป็นผู้หว่าน เป็นพระบุตร เป็นองค์บริสุทธิ์ เป็นผู้รับใช้ และเป็นผู้อารักขา"

- ทหาร (ยกดาบขึ้น)

- ผู้แสวงหา (เอามือป้องไว้ที่ตาและมองไปด้านหลังและด้านหน้า)

- ผู้เลี้ยง (ใช้มือทั้งสองข้างทำท่าเหมือนกำลังรวมคนเข้ามา)

- ผู้หว่าน (ใช้มือทำท่าหว่านเมล็ดพืช)

- พระบุตร (ใช้มือทำท่าเหมือนกำลังเอาอาหารเข้าปาก)

- องค์บริสุทธิ์ (พนมมือ) (พระเยซูทรงบริสุทธิ์ –พระเจ้าทรงเรียกเราให้เป็นผู้บริสุทธิ์)

- ผู้รับใช้ (ใช้มือทำท่าตอกค้อน)

- ผู้อารักขา (ใช้มือทำท่าล้วงเงินออกจากกระเป๋าเสื้อหรือกระเป๋าเงิน)

"ภาพหนึ่งภาพมีค่าเท่ากับถ้อยคำพันๆ คำ และภาพจากพระคัมภีร์เหล่านี้จะทำให้คุณเข้าใจในการดำเนินชีวิต "กับ" พระเยซูอย่างลึกซึ้ง ภาพหนึ่งภาพให้มโนภาพที่ชัดเจนและทำให้สามารถสังเกตได้ว่าพระเยซูกำลังทรงทำพระราชกิจเมื่อไรและอย่างไร"

"คุณพ่อคนหนึ่งอ่านหนังสือพิมพ์อยู่และลูกชายก็คอยรบเร้าเพื่อให้คุณพ่อเล่นด้วย หลังจากที่รบเร้าหลายต่อหลายครั้ง ผู้เป็นพ่อจึงเอากระดาษหนังสือพิมพ์หนึ่งหน้ามาตัดเป็นชิ้นเล็กๆ และให้ลูกชายต่อภาพให้ถูกต้อง แล้วเขาจึงจะเล่นกับลูกชาย"

"ผู้เป็นพ่อคิดว่าลูกชายของเขาจะใช้เวลานานกับการต่อภาพและตัวเองจะมี

เวลาอ่านหนังสือพิมพ์ที่เหลือจนเสร็จ แต่เมื่อเวลาผ่านไปได้เพียงแค่ 10 นาที ลูกชายของเขาก็กลับมาพร้อมกับภาพต่อที่สมบูรณ์ เมื่อพ่อถามว่าทำไมลูกถึงต่อได้รวดเร็วเพียงนี้ ลูกชายตอบว่า "ก็มันง่ายนี่ครับพ่อ เพราะด้านหลังกระดาษมีภาพ และเมื่อผมเอาภาพด้านหลังมาต่อกัน ตัวหนังสืออีกหน้าก็เรียงกันถูกต้องด้วย"

"ภาพทั้งแปดภาพของพระเยซูเหล่านี้จะทำให้คุณมีมโนภาพที่ชัดเจนในขณะที่คุณดำเนินชีวิตไปกับพระเยซู"

"การทำตามแบบอย่างใครสักคนหมายถึงการเลียนแบบวิธีการที่เขาทำสิ่งต่างๆ เด็กฝึกงานย่อมเลียนแบบวิธีการค้าขายของเจ้านาย ลูกศิษย์ย่อมเป็นเหมือนคุณครู เราทุกคนต่างก็เลียนแบบใครบางคนอยู่ เราเลียนแบบใครเราก็จะเป็นเหมือนคนนั้น ในช่วงการอบรมของเรา เราจะถามคำถาม ค้นหาคำตอบในพระคัมภีร์ ค้นหาวิธีการดำเนินชีวิตของพระเยซู และฝึกทำตามอย่างพระองค์"

อะไรคือสามวิธีที่เราเรียนรู้ได้ดีที่สุด?

"มีสามวิธีที่ผู้คนเรียนรู้ ทุกคนต่างก็ใช้ทั้งสามวิธีนี้ และเราแต่ละคนมีแนวโน้มการเรียนรู้ที่ดีที่สุด หนึ่งวิธีในแต่ละบทเรียนของการอบรมนี้เราจะใช้ทั้งสามวิธีที่ผู้คนเรียนรู้ เพื่อคุณทุกคนจะมีความเชี่ยวชาญตามรูปแบบการเรียนรู้ที่เป็นเอกลักษณ์ของคุณเอง"

"บางคนเรียนรู้ด้วยการฟังดีที่สุด ดังนั้นเราจะออกเสียงอ่านข้อพระคัมภีร์และถามคำถาม"

การฟัง

✋ ใช้อุ้งมือครอบหูของท่าน

"บางคนเรียนรู้ด้วยการมองเห็นดีที่สุด ดังนั้นเราจะใช้ภาพและการแสดงเพื่ออธิบายความจริงที่สำคัญ"

การมองเห็น

✋ ชี้ไปที่ดวงตาของท่าน

"บางคนเรียนรู้ด้วยการลงมือทำดีที่สุด ดังนั้นเราจะทำกิจกรรมที่ช่วยให้ท่านได้ลงมือกระทำในสิ่งที่เรากำลังพูดคุยกันอยู่นั้น"

การลงมือทำ

✋ หมุนมือเหมือนทำท่ากลิ้ง

"การฟัง การมองเห็น และการลงมือทำ เป็นสามสิ่งหลักที่สอนเรา พระคัมภีร์บอกเราด้วยว่า พระวิญญาณบริสุทธิ์ทรงเป็นพระอาจารย์ของเรา ตลอดการสัมมนา ผมขอสนับสนุนให้คุณพึ่งพาพระวิญญาณบริสุทธิ์เพื่อเรียนรู้บทเรียนต่างๆ เพราะพระองค์ทรงเป็นผู้สอนที่ดีที่สุด"

จบบทเรียน

ร้านน้ำชาเปิดแล้ว! ๑๘

"สถานที่ใดที่คุณชอบไปกับเพื่อนมากที่สุด... ห้องเรียนหรือร้านน้ำชา (หรือร้านกาแฟ)?"

"เราเรียนรู้สิ่งดีๆ หลายสิ่งในห้องเรียน และเราควรให้เกียรติแก่ครูผู้สอนของเรา แต่กระนั้นก็ตามการเรียนรู้เกี่ยวกับเพื่อน ครอบครัว และหมู่บ้านของเราเกิดขึ้นในร้านน้ำชา นี่เป็นเรื่องจริงที่เกิดขึ้นเมื่อพระเยซูทรงดำเนินอยู่บนโลกนี้"

ลูกา 7: 31-35 พระเยซูตรัสว่า "แล้วเราจะเปรียบคนในยุคนี้กับอะไรดี?

พวกเขาเป็นเช่นไร? เขาเป็นเหมือนเด็กๆ ที่นั่งอยู่กลางตลาดและร้องบอกกันและกันว่า "เราเป่าปี่ให้ พวกเธอก็ไม่เต้นรำ เราร้องเพลงไว้อาลัย พวกเธอก็ไม่ร้องไห้" เพราะยอห์นผู้ให้บัพติศมาไม่กินขนมปังและไม่ดื่มเหล้าองุ่น พวกท่านก็กล่าวว่า "เขามีผีสิง" ส่วนบุตรมนุษย์มาทั้งกินและดื่ม และพวกท่านก็กล่าวว่า "นี่คือคนตะกละและขี้เมาเป็นมิตรของคนเก็บภาษีและ "คนบาป" แต่พระปัญญาก็ผ่านการพิสูจน์แล้วว่าถูกต้อง โดยคนทั้งปวงที่ปฏิบัติตามพระปัญญานั้น"

"เมื่ออยู่ในร้านน้ำชาเราจะรู้สึกผ่อนคลาย ถ้าพระเยซูทรงดำเนินบนโลกอีกครั้งในวันนี้ พระองค์คงจะใช้เวลาในร้านน้ำชาหรือร้านกาแฟ พระองค์ทรงใช้รูปแบบนี้เมื่อพระองค์ทรงเสด็จมาเป็นครั้งแรก ด้วยเหตุผลนี้เอง เราจึงจะเปลี่ยนห้องอบรมนี้ให้กลายเป็นร้านน้ำชา"

- ณ จุดนี้ ขอให้จัดชา กาแฟ และ ของว่างที่ให้ความสดชื่น สำหรับผู้เข้าอบรม

จุดประสงค์ของ "ร้านน้ำชาเปิดแล้ว!" คือเพื่อสร้างบรรยากาศการอบรมที่ผ่อนคลายและไม่เป็นทางการ พูดอีกนัยหนึ่งก็คือ เพื่อจัดรูปแบบกลุ่มที่คล้ายกับวิธีการที่พระเยซูทรงใช้ในการฝึกอบรมเหล่าสาวก

บันทึก

2
การทวีคูณ

การทวีคูณแนะนำพระเยซูในฐานะผู้อารักขา บรรดาผู้อารักขาต่างก็ต้องการรับผล กำไรจากเวลาและทรัพย์สมบัติของพวกเขา และพวกเขาปรารถนาที่จะมีชีวิตอยู่ ด้วยความซื่อตรง ผู้เข้าอบรมได้รับนิมิตเพื่อการเกิดผลโดยการสำรวจสิ่งต่อไปนี้ 1) พระบัญชาแรกของพระเจ้าต่อมวลมนุษย์ 2) พระบัญชาสุดท้ายของพระเยซูต่อมวล มนุษย์ 3) หลักการ 222 และ 4) ความแตกต่างระหว่างทะเลสาบกาลิลีกับทะเล ตาย

บทเรียนจบลงด้วยการแสดงบทบาทสมมติเพื่อสาธิตให้เห็นถึงความแตกต่าง ของ "ผลที่ได้" ระหว่างการฝึกอบรมคนให้ปฏิบัติเป็น กับการสอนพวกเขาให้มี ความรู้เท่านั้น ผู้เข้าอบรมจะได้รับการท้าทายให้ฝึกอบรมผู้อื่นในการนมัสการ อธิษฐาน ศึกษาพระวจนะของพระเจ้า และปรนนิบัติรับใช้ผู้อื่น ด้วยการลงทุนเวลา ทรัพย์สมบัติ และความซื่อตรง ผู้เข้าอบรมจะสามารถมอบของขวัญอันอัศจรรย์แด่ พระเยซูในวันที่พวกเขาพบกับพระองค์บนสวรรค์

นมัสการ

- ขอใครสักคนอธิษฐานขอการทรงสถิตและพระพรจากพระเจ้า
- ร้องเพลงนมัสการร่วมกันสองเพลง

อธิษฐาน

- ให้ผู้เข้าอบรมจับคู่กับผู้ที่เขาไม่เคยจับคู่ด้วยมาก่อน
- ให้ผู้เข้าอบรมแต่ละคนแบ่งปันคำตอบของคำถามต่อไปนี้กับคู่ของตน วันนี้ฉันจะอธิษฐานเผื่อคุณเรื่องอะไรได้บ้าง?
- แล้วให้แต่ละคู่อธิษฐานเผื่อซึ่งกันและกัน

การอบรมภาคความรู้

ทบทวน

การทบทวนในแต่ละชั่วโมงเรียนจะมีลักษณะเหมือนกัน ขอให้ผู้เข้าอบรมยืนขึ้นและท่องจำสิ่งที่พวกเขาได้เรียนมาแล้วในบทก่อนหน้า ตรวจดูให้แน่ใจว่าพวกเขาทำสัญญาณมือด้วย

ภาพทั้งแปดภาพที่ช่วยให้เราทำตามแบบอย่างพระเยซูมีอะไรบ้าง?
"ทหาร ผู้แสวงหา ผู้เลี้ยง ผู้หว่าน พระบุตร องค์บริสุทธิ์ ผู้รับใช้ ผู้อารักขา"

ชีวิตฝ่ายวิญญาณของเราเหมือนลูกโป่ง ๔๕

- นำลูกโป่งมาและชูขึ้นให้ทุกคนในกลุ่มได้เห็น แล้วอธิบายว่า

  "ชีวิตฝ่ายวิญญาณของเราเหมือนกับลูกโป่ง"

- ในขณะที่ท่านเป่าลูกโป่งให้พอง อธิบายว่าเราได้รับพระพรจากพระเจ้า

แล้วจึงปล่อยลมให้ออกจากลูกโป่งและพูดว่า

"พระเจ้าให้กับเราดังนั้นเราจะมอบให้กับคนอื่นต่อไป เราได้รับพรเพื่อจะเป็นพร"

- ขอให้ทบทวนขั้นตอนนี้หลายๆ ครั้งเพื่อสาธิตให้เห็นการ "เข้าและออก" ที่เป็นลักษณะธรรมชาติของชีวิตฝ่ายวิญญาณ

"พวกเราส่วนใหญ่ไม่ได้ให้สิ่งที่เราได้รับ แต่เรากลับเก็บสิ่งเหล่านั้นเพื่อตัวเอง เราอาจจะคิดว่าถ้าเราให้คนอื่นไปแล้วพระเจ้าจะไม่เติม กลับมาให้แก่เราอีก เราอาจจะคิดว่าการให้เป็นสิ่งที่ยากเกินกว่าที่เราจะทำได้"

- ขอให้เป่าลูกโป่งให้พองต่อไป แต่ปล่อยลมออกเป็นระยะๆ เพราะท่าน "รู้สึกผิด" พระเจ้าทรงประทานให้แก่ท่านอย่างมากมายแต่ท่านไม่ยอมให้กับคนอื่นมากเท่าที่ควร ในที่สุด..ให้ท่านเป่าลูกโป่งให้พองขึ้นๆ จนกระทั่งมันแตก

"ชีวิตฝ่ายวิญญาณของเราก็เป็นเหมือนภาพที่เราเห็นนี้ เมื่อใครบางคนสอนบทเรียนหนึ่งให้แก่เรา เราควรจะสอนในสิ่งที่เราได้เรียนมาให้กับคนอื่นต่อไปด้วย เมื่อเราได้รับพระพร เราควรอวยพรผู้อื่น หากเราไม่ทำอย่างนี้ ชีวิตฝ่ายวิญญาณของเราจะเกิดปัญหาใหญ่! การไม่ให้ในสิ่งที่เราได้รับเป็นวิถีสู่ความล้มเหลวฝ่ายวิญญาณอย่างแน่นอน"

พระเยซูทรงมีพระลักษณะอย่างไร?

มัทธิว 6:20-21 แต่จงสะสมทรัพย์สมบัติไว้สำหรับตนในสวรรค์ที่ซึ่งแมลงและสนิมไม่อาจทำลายได้และที่ซึ่งโจรไม่อาจงัดแงะเข้าไปขโมยได้ เพราะทรัพย์สมบัติของท่านอยู่ที่ไหน ใจของท่านก็อยู่ที่นั่นด้วย

"พระเยซูทรงเป็นผู้อารักขา พระองค์ทรงพูดเกี่ยวกับเรื่องเงิน ทรัพย์สมบัติ และ

การลำดับความสำคัญของเรามากกว่าเรื่องอื่นๆ ในฐานะผู้อารักขา พระเยซูทรงลงทุนในชีวิตของเราและกำลังคาดที่จะได้รับกำไรจากเรา"

ผู้อารักขา
✋ ทำท่าล้วงเงินออกจากกระเป๋าเสื้อหรือกระเป๋าเงิน

สามสิ่งที่ผู้อารักขาทำคืออะไร?

มัทธิว 25:14-28 และอาณาจักรสวรรค์ยังเปรียบเหมือนชายคนหนึ่งจะออกเดินทาง จึงเรียกคนรับใช้มามอบหมายทรัพย์สินให้ดูแล เขาให้เงินคนหนึ่งห้าตะลันต์ คนหนึ่งสองตะลันต์และอีกคนหนึ่งตะลันต์เดียว ตามความสามารถของแต่ละคนแล้วเขาก็ไป คนที่ได้รับห้าตะลันต์นำเงินไปลงทุนทันทีและได้กำไรมาอีกห้าตะลันต์ คนที่รับสองตะลันต์ก็เช่นกันได้กำไรมาอีกสองตะลันต์ ส่วนคนที่ได้รับตะลันต์เดียวไปขุดหลุมเอาเงินของนายซ่อนไว้ อีกนานหลังจากนั้นนายก็กลับมาและสะสางบัญชีกับคนรับใช้ คนที่ได้รับห้าตะลันต์นำอีกห้าตะลันต์มาเรียนว่า "นายเจ้าข้า ท่านให้ไว้ห้าตะลันต์ ดูเถิด ข้าพเจ้าได้กำไรมาอีกห้าตะลันต์" เจ้านายของเขาตอบว่า "ดีมาก เจ้าเป็นบ่าวที่ดีและสัตย์ซื่อ เจ้าสัตย์ซื่อในของเล็กน้อย เราจะตั้งเจ้าให้ดูแลของมาก มาร่วมยินดีในความสุขกับนายของเจ้าเถิด" คนที่ได้รับสองตะลันต์ก็มาเรียนว่า "นายเจ้าข้า ท่านให้ไว้สองตะลันต์ ดูเถิด ข้าพเจ้าได้กำไรมาอีกสองตะลันต์" เจ้านายของเขาตอบว่า "ดีมาก เจ้าเป็นบ่าวที่ดีและสัตย์ซื่อ เจ้าสัตย์ซื่อในของเล็กน้อย เราจะตั้งเจ้าให้ดูแลของมาก มาร่วมยินดีในความสุขกับนายของเจ้าเถิด" แล้วคนที่ได้รับตะลันต์เดียวมาเรียนว่า "นายเจ้าข้า ข้าพเจ้ารู้ว่าท่านเป็นคนใจแข็ง ซึ่งเก็บเกี่ยวสิ่งที่ท่านไม่ได้เพาะปลูกและรวบรวมผลที่ท่านไม่ได้หว่าน ข้าพเจ้ากลัวจึงเอาเงินไปซ่อนไว้ในดิน ดูเถิด นี่คือเงินของท่าน" เจ้านายของเขาตอบว่า "ไอ้บ่าวเลวแสนขี้เกียจ เจ้าก็รู้ว่าเราเก็บเกี่ยวสิ่งที่เราไม่ได้เพาะปลูก และรวบรวมผลที่เราไม่ได้หว่าน เช่นนั้นแล้วก็น่าจะเอาเงินของเราไปฝากธนาคารไว้ เพื่อเวลาที่เรากลับมาเราจะได้เงินคืนพร้อมดอกเบี้ย

ด้วย จงริบเงินหนึ่งตะลันต์นี้ไปให้คนที่มีสิบตะลันต์.."

1. ผู้อารักขาลงทุนทรัพย์สมบัติของพวกเขาอย่างชาญฉลาด

   "พระเยซูเล่าเรื่องบ่าวสามคนที่ถูกมอบหมายให้ดูแลเงินของเจ้านายให้เกิดประโยชน์ สองในสามคนใช้เงินนั้นในการลงทุนอย่างชาญฉลาด"

2. ผู้อารักขาลงทุนเวลาของพวกเขาอย่างชาญฉลาด

   "พระเยซูต้องการให้เราใช้เวลาของเราเพื่ออาณาจักรของพระองค์ก่อนเป็นอันดับแรก"

3. ผู้อารักขาใช้ชีวิตอย่างซื่อตรง

   "เมื่อพระเยซูทรงมองเห็นความสัตย์ซื่อของเราในสิ่งเล็กน้อย พระองค์จะมอบหมายให้เราดูแลรับผิดชอบมากขึ้น"

"พระเยซูทรงเป็นผู้อารักขาและพระองค์ทรงมีชีวิตอยู่ภายในเรา เมื่อเราติดตามพระองค์ เราก็จะเป็นผู้อารักขาด้วย เราจะลงทุนทรัพย์สมบัติและเวลาของเราอย่างชาญฉลาด และใช้ชีวิตอย่างมีเกียรติ"

พระบัญชาแรกที่พระเจ้าทรงให้แก่มนุษย์คืออะไร?

ปฐมกาล 1:28 พระเจ้าทรงอวยพรพวกเขาและตรัสว่า "จงมีลูกเต็มบ้านมีหลานเต็มเมือง และทวีจำนวนขึ้นจนเต็มโลก และจงมีอำนาจเหนือแผ่นดิน จงครอบครองปลาในทะเล นกในอากาศและสัตว์ที่เลื้อยคลาน"

"พระเจ้าบอกให้มนุษย์ทวีคูณและมีลูกหลานฝ่ายร่ายกาย"

พระบัญชาสุดท้ายที่พระเยซูทรงให้แก่มนุษย์คืออะไร?

มาระโก 16:15 พระองค์ตรัสกับพวกเขาว่า “จงออกไปทั่วโลกประกาศข่าวประเสริฐแก่คนทั้งปวง”

“พระเยซูบอกกับเหล่าสาวกของพระองค์ทวีคูณและมีลูกฝ่ายวิญญาณ”

ข้าพเจ้าจะเกิดผลและทวีคูณได้อย่างไร?

2 ทิโมธี 2:2 สิ่งต่างๆ ที่ท่านได้ยินข้าพเจ้าพูดต่อหน้าพยานหลายคน จงมอบหมายแก่ผู้ที่เชื่อถือได้ ซึ่งมีคุณสมบัติเหมาะสมที่จะสอนผู้อื่นด้วย

“เมื่อเราฝึกสอนผู้อื่นเช่นเดียวกับที่เราได้ถูกฝึกสอนมาแล้ว พระเจ้าก็จะทวีคูณชีวิตของเรา เราเรียกสิ่งนี้ว่าเป็น “หลักการ 222” พระเยซูทรงสำแดงพระองค์เองแก่เปาโล เปาโลฝึกสอนทิโมธี และทิโมธีก็ฝึกสอนผู้ที่มีความสัตย์ซื่อ ซึ่งพวกเขาได้ฝึกสอนคนอื่นๆ ต่อไป และตลอดประวัติศาสตร์สิ่งนี้ก็ดำเนินต่อไปเรื่อยๆ... จนกระทั่งวันหนึ่งมีคนหนึ่งมาแบ่งปันเรื่องพระเยซูกับคุณ!”

ทะเลสาบกาลิลี / ทะเลตาย ๑๘

- วาดภาพที่อยู่ในบทเรียนหน้าต่อไป วาดทีละขั้นตอนพร้อมกับสอนภาพประกอบทีละส่วน ภาพที่มีในคู่มือนี้เป็นภาพที่วาดสมบูรณ์แล้ว

“มีทะเลสาบอยู่สองแห่งในประเทศอิสราเอล คุณรู้จักชื่อของทะเลสาบทั้งสองแห่งนี้ไหม?”

ทะเลสาบกาลิลีและทะเลตาย

การทวีคูณ 51

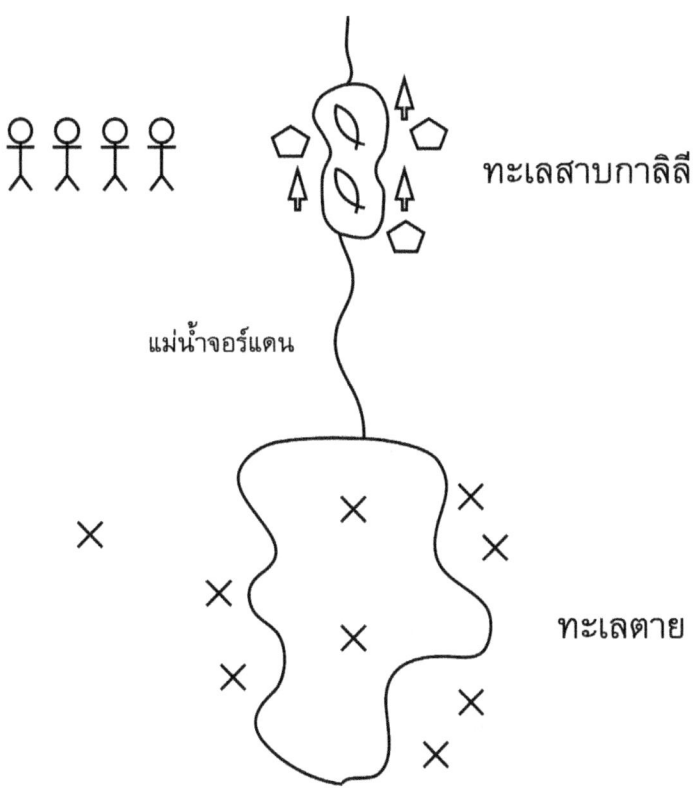

- วาดวงกลมสองวงโดยให้วงกลมที่เล็กกว่าอยู่ด้านบน แล้ววาดเส้นเชื่อมต่อระหว่างวงกลมทั้งสองนี้ เขียนชื่อกำกับทะเลทั้งสองแห่งนี้ด้วย

    "มีแม่น้ำสายหนึ่งที่เชื่อมต่อระหว่างทะเลสาบกาลิลีและทะเลตาย คุณรู้จักชื่อแม่น้ำสายนี้ไหม?"

    แม่น้ำจอร์แดน

- เขียนชื่อกำกับทะเลทั้งสองแห่งนี้ด้วย

    "ทะเลสาบกาลิลีและทะเลตายมีความแตกต่างกันมาก ทะเลสาบกาลิลีมีปลาอาศัยอยู่ในน้ำมากมาย"

การสร้างสาวกที่สร้างต่อได้

- วาดปลาในทะเลสาบกาลิลี

    "ทะเลตายไม่มีปลา"

- วาด X ในทะเลตาย

    "รอบๆ ทะเลกาลิลีมีต้นไม้เยอะมาก"

- วาดภาพต้นไม้รอบๆ ทะเลสาบกาลิลี

    "ทะเลตายไม่มีต้นไม้"

- วาด X รอบๆ ทะเลตาย

    "รอบๆ ทะเลสาบกาลิลีมีหมู่บ้านหลายหมู่บ้าน"

- วาดบ้านรอบๆ ทะเลสาบกาลิลี

    "รอบๆ ทะเลตายไม่มีหมู่บ้าน"

- วาด X รอบๆ ทะเลตาย

    "มีคนที่มีชื่อเสียง 4 คนอาศัยอยู่ในหมู่บ้านรอบทะเลสาบกาลิลี คุณรู้จักชื่อของพวกเขาไหม?"

    เปโตร แอนดรูว์ ยากอบ และยอห์น

- วาดภาพคนแบบง่ายๆ(👤) สี่คนข้างๆ ทะเลสาบกาลิลี

    "ไม่มีคนที่มีชื่อเสียงอาศัยอยู่ที่แถบทะเลตาย"

- วาด X 4 อัน ข้างๆ ทะเลตาย

การทวีคูณ 53

"คุณคิดว่าทำไมทะเลตายถึง "ไม่มีชีวิต" แต่ทะเลสาบกาลิลีกลับ "มีชีวิต"?"

เพราะทะเลสาบกาลิลีมีน้ำไหลเข้าและไหลออกเสมอ แต่ทะเลตายมีแต่น้ำไหลเข้ามาเท่านั้น

"นี่เป็นภาพเล็งถึงชีวิตฝ่ายวิญญาณของเรา เมื่อเรารับพระพร เราควรให้พระพรนั้นออกไป เมื่อเราได้รับคำสอน เราควรสอนผู้อื่นต่อไป แล้วเราก็จะเป็นเหมือนทะเลสาบกาลิลี แต่ถ้าหากเราเก็บพระพรไว้กับตัวเองเราก็จะเป็นเหมือนทะเลตาย"

"เป็นทะเลสาบแบบไหน*ง่ายกว่า*กัน – ทะเลตายหรือทะเลสาบกาลิลี? คนส่วนใหญ่เป็นเหมือนทะเลตายเพราะพวกเขาชอบที่จะรับมากกว่าให้ออกไป อย่างไรก็ตามคนเหล่านั้นที่ทำตามอย่างพระเยซูก็เป็นเหมือนทะเลสาบกาลิลี พระเยซูให้แก่คนอื่นในสิ่งที่พระองค์ทรงได้รับมาจากพระบิดา เมื่อเราฝึกสอนคนอื่นให้ฝึกสอนคนอื่นๆ ต่อไป เราก็กำลังทำตามตัวอย่างของพระเยซู"

"คุณอยากเป็นทะเลสาบแบบไหน? ผม/ฉันอยากเป็นเหมือนทะเลสาบกาลิลี"

ข้อพระคัมภีร์ท่องจำ

ยอห์น 15:8 เมื่อท่านทั้งหลายเกิดผลมากก็เป็นการถวายเกียรติสิริแด่พระบิดาของเรา และเป็นการสำแดงว่าตัวท่านเองคือสาวกของเรา

- ให้ทุกคนยืนขึ้นและพูดข้อพระคัมภีร์ท่องจำด้วยกันสิบรอบ ในหกรอบแรกผู้เข้าอบรมจะดูตามพระคัมภีร์หรือบันทึกของตัวเอง ในสี่ครั้งสุดท้ายขอให้พวกเขาท่องข้อพระคัมภีร์จากความจำ ผู้เข้าอบรมควรท่องชื่อและข้อพระคัมภีร์ข้อนั้นก่อนที่จะท่องเนื้อหาในแต่ละครั้ง และนั่งลงเมื่อท่องเสร็จ

การสร้างสาวกที่สร้างต่อได้

- สิ่งนี้จะช่วยให้ผู้อบรมรู้ว่าใครบ้างที่ผ่านช่วง "การอบรมภาคปฏิบัติ" แล้ว

การอบรมภาคปฏิบัติ

- ขอให้ผู้เข้าอบรมนั่งหันหน้าเข้าหาคู่อธิษฐานของตัวเอง ขอให้แต่ละคู่สลับกันสอนบทเรียน

"ให้คนที่อายุน้อยกว่าเป็นผู้นำในแต่ละคู่"

- หมายความว่าเขาจะเป็นคนแรกที่สอน

- ให้ทำตามขั้นตอน *การอบรมผู้อบรม* ในหน้า 23

- เน้นย้ำว่าท่านต้องการให้พวกเขาสอนทุกสิ่งที่อยู่ในชั่วโมง "การอบรมภาคความรู้" ด้วยวิธีการอย่างเดียวกันกับที่ท่านสอน

"ขอให้คุณถามคำถาม อ่านข้อพระคัมภีร์ด้วยกัน และตอบคำถามด้วยวิธีการอย่างเดียวกันกับที่ผม/ฉันทำร่วมกับคุณ ขอให้คุณวาดภาพอธิบายประกอบ คือ ทะเลสาบกาลิลี / ทะเลตาย และอ้างอิงข้อพระคัมภีร์ท่องจำด้วยวิธีการอย่างเดียวกันกับที่ผม/ฉันทำร่วมกับคุณ"

"ขอให้คุณแต่ละคนใช้กระดาษเปล่าทุกครั้งที่วาดภาพทะเลสาบทั้งสอง"

- หลังจากสอนบทเรียนให้แก่กันและกันแล้ว ขอให้ผู้เข้าอบรมสลับคู่ และสลับกันสอนบทเรียนอีกครั้งในตอนท้ายบทเรียน ขอให้ผู้เข้าอบรมคิดถึงใครสักคนที่พวกเขาจะแบ่งปันบทเรียนนี้หลังการอบรม ขอให้พวกเขาเขียนชื่อของบุคคลนั้นที่ด้านบนของหน้าแรกของหนังสือบทเรียน

จบบทเรียน

บทบาทสมมติ "ของขวัญแด่พระเยซู" ๙

- ขอให้ใครสักคนอาสาสมัครเพื่อแสดงบทบาทสมมติ

- กำหนดตำแหน่งให้อาสาสมัครยืนอยู่ด้านหนึ่งของห้องเรียนและท่านยืนอยู่ด้านตรงกันข้าม

  "ผม/ดิฉัน ต้องการให้ทุกคนจินตนาการว่าเรา(คือตัวท่านและอาสาสมัคร) มีภาวะการเป็นผู้ใหญ่ฝ่ายวิญญาณเหมือนกันเราทั้งสองคน:

  - สรรเสริญ
    (ยกมือทั้งสองข้างนมัสการพระเจ้า)

  - อธิษฐาน
    (พนมมือทั้งสองข้าง)

  - เรียนพระคัมภีร์
    (หงายฝ่ามือทั้งสองข้างเหมือนกับว่าท่านกำลังอ่านหนังสือ)

  - เล่าเรื่องพระเยซูให้คนอื่น
    (ยื่นมือออกไปเหมือนกับว่าท่านกำลังหว่านเมล็ดพืช)

- เน้นย้ำว่าตัวท่านและผู้เข้าอบรมมีภาวะฝ่ายวิญญาณเหมือนกัน มีเพียงสิ่งเดียวที่แตกต่าง

  "สิ่งเดียวที่แตกต่างระหว่างท่านกับผม/ฉันคือ ท่านจะฝึกสอนผู้ที่ท่านนำมาหาพระคริสต์ให้ฝึกสอนคนอื่นๆ ต่อไป แต่ผม/ฉันจะสอนเฉพาะผู้ที่ผม/ฉันนำมาหาพระคริสต์เท่านั้น โดยจะไม่ฝึกสอนพวกเขาให้ฝึกสอนคน

อื่นต่อไป"

"เวลานี้ ผม/ฉันอยากจะแสดงให้คุณเห็นถึงความแตกต่างที่เกิดจากการอบรม"

- อธิบายว่าในแต่ละปีท่านและอาสาสมัครจะนำหนึ่งคนมาหาพระคริสต์

- ท่านและอาสาสมัครเดินเข้าไปหาผู้ฟังคนอื่นๆ ต่างคนต่างเลือกหนึ่งคนในกลุ่มนั้นมา แล้วพาคนที่เลือกมายืนข้างคุณในตำแหน่งของคุณ

"คุณสามารถเห็นว่าหลังจากหนึ่งปี ไม่มีความแตกต่างเกิดขึ้น ผม/ฉันมีหนึ่งคน และเขาก็มีหนึ่งคนในฝั่งโน้น"

- แต่อย่างไรก็ตาม มีเพียงอาสาสมัครที่ฝึกสอนคนที่เขานำมาหาพระคริสต์ พวกเขาทั้งคู่ฝึกหัดทำสัญญาณมือด้วยกัน ส่วนท่านเองก็ทำสัญญาณมือเพียงคนเดียว

"ให้เราดูว่าจะมีอะไรเกิดขึ้นภายในสองปี ทั้งเขาและผม/ฉันได้พาคนหนึ่งมาหาพระคริสต์ มีสิ่งเดียวที่แตกต่างกันคือเขาฝึกสอนคนของเขาให้ทำอย่างเดียวกัน ดังนั้นในปีนี้ ผม/ฉันจะไปพาอีกคนหนึ่งมาหาพระคริสต์อีก แต่ทางนั้นสิ พวกเขาทั้งสองคนต่างก็ออกไปพาคนมาหาพระคริสต์"

- ทั้งท่านและอาสาสมัครเข้าไปท่ามกลางกลุ่มผู้ฟังและเลือกสาวกคนถัดไป แล้วสาวกของผู้อบรมก็เลือกสาวกคนหนึ่งมาด้วยเช่นกัน

"คุณจะเห็นได้ว่าหลังจากสองปีผ่านไป ความแตกต่างก็ยังมีเพียงเล็กน้อย ผม/ฉันมีสองคน เขามีสามคน"

- อีกครั้งหนึ่ง ให้อาสาสมัครและสาวกอีกสามคนฝึกหัดทำสัญญาณมือ แต่ท่านเป็นคนเดียวในกลุ่มของท่านที่ทำสัญญาณมือ

การทวีคูณ 57

- ทำขั้นตอนนี้ซ้ำไป "หลายๆ ปี" จนกระทั่งทุกคนที่อยู่ในกลุ่มอบรมถูกเลือกจนหมด ในแต่ละครั้งที่ท่านทำสัญญาณมือคนเดียว ขอให้ท่านบอกให้คนที่ท่านนำมารับเชื่อว่าพวกเขาควรสรรเสริญ อธิษฐาน เรียนพระวจนะ และแบ่งปันข่าวประเสริฐ (ท่านอาจทำท่าเหมือนกับว่าท่านกำลังเทศนาให้คนเหล่านั้นฟังอยู่) โดยที่ท่านไม่ฝึกสอนให้พวกเขาเป็นสาวก ส่วนกลุ่มของอาสาสมัครก็ยังคงฝึกสอนสมาชิกกลุ่มใหม่อย่างต่อเนื่อง

- ในปีที่ห้า ผู้เข้าอบรมจะประทับใจกับจำนวนคนที่ถูกฝึกสอนโดยอาสาสมัครเมื่อเปรียบเทียบกับจำนวนคนที่ถูกสอนโดยท่าน เน้นย้ำบ่อยๆ ว่าท่านรักเหล่าสาวกของท่านอย่างแท้จริงและต้องการให้พวกเขาเข้มแข็ง ดังนั้นท่านจึงสอนพวกเขาหลายสิ่ง แต่ท่านไม่เคยฝึกสอนพวกเขาให้ฝึกสอนคนอื่นเลย

    "เมื่อคุณไปสวรรค์ คุณปรารถนาจะให้ของขวัญแบบไหนแด่พระเยซูสำหรับการตายบนไม้กางเขนของพระองค์เพื่อคุณ? คุณจะมอบจำนวนคนเต็มกำมือเหมือนกับที่ผม/ฉันมี หรือจะมอบสาวกจำนวนมากมายเหมือนอย่างที่เขาหรือเธอมีนั้น?"

- ชี้ไปที่อาสาสมัครที่อยู่อีกด้านหนึ่งของห้องเรียน

    "พระเจ้าได้สั่งให้พวกเราเกิดผลและทวีคูณ ผม/ฉันอยากเป็นเหมือนพระเยซูในการฝึกสอนคนอื่นให้ฝึกสอนคนอื่นๆ ต่อไปได้ ผม/ฉันอยากมอบของขวัญชิ้นใหญ่แด่พระเยซูคือจำนวนคนมากมายที่ผม/ฉันได้เคยฝึกสอนและคนที่ไปฝึกสอนคนอื่นๆ ต่อไป ผม/ฉันอยากจะเป็นผู้อารักขาทรัพย์สมบัติและเวลาของผม/ฉัน และผม/ฉันอยากมีชีวิตที่สัตย์ซื่อ"

- ขอให้กลุ่มของท่านไปหาอีกกลุ่มหนึ่งและฝึกสอนซึ่งกันและกัน เพื่อทุกคนสามารถเป็นผู้ชนะ

- ขอให้อาสาสมัครที่ช่วยแสดงการเลียนแบบเรื่อง "ของขวัญสำหรับพระเยซู" อธิษฐานปิดชั่วโมงเรียน

บันทึก

3
การรัก

การรัก จะแนะนำพระเยซูในฐานะผู้เลี้ยง ผู้เลี้ยงคอยนำ คอยปกป้อง และจัดเตรียมอาหารให้แกะของพวกเขา เรา "จัดเตรียมอาหาร" ให้ผู้คนเมื่อเราสอนพระวจนะของพระเจ้าให้แก่พวกเขา แต่อะไรคือสิ่งแรกที่เราควรสอนเกี่ยวกับพระเจ้า? ในบทนี้ผู้เข้าอบรมจะค้นพบพระบัญชาที่สำคัญที่สุด สามารถบอกได้อย่างชัดเจนถึงแหล่งที่มาของความรักว่ามาจากผู้ใด และพบวิธีนมัสการที่ตั้งอยู่บนพื้นฐานพระบัญชาที่สำคัญที่สุด

ผู้เข้าอบรมฝึกนำกลุ่มสร้างสาวกแบบง่ายๆ ด้วยองค์ประกอบที่เป็นกุญแจสำคัญสี่ประการ คือ การนมัสการ (การรักพระเจ้าด้วยทั้งหมดหัวใจ) การอธิษฐาน (การรักพระเจ้าด้วยทั้งหมดดวงจิต) การศึกษาพระคัมภีร์ (การรักพระเจ้าด้วยสุดสิ้นความคิด) และการฝึกฝนทักษะ (เพื่อเราจะสามารถรักพระเจ้าด้วยสิ้นสุดกำลัง) บทบาทสมมติสุดท้ายเรื่อง "แกะกับเสือ" สาธิตให้เห็นถึงความจำเป็นของกลุ่มสร้างสาวกในท่ามกลางผู้เชื่อ

นมัสการ

- ขอใครสักคนอธิษฐานขอการทรงสถิตและการอวยพรจากพระเจ้า

- ร้องเพลงนมัสการร่วมกันสองเพลง

อธิษฐาน

- ให้ผู้เข้าอบรมจับคู่กับคนที่พวกเขาไม่เคยจับคู่ด้วยมาก่อน

- ให้ผู้เข้าอบรมแต่ละคนแบ่งปันคำตอบของคำถามต่อไปนี้กับคู่ของตน
    1. เราจะอธิษฐานเผื่อคนที่หลงหายที่คุณรู้จักอย่างไร?
    2. เราจะอธิษฐานเผื่อกลุ่มที่คุณกำลังฝึกอบรมอยู่อย่างไร?

- ถ้าหากคู่ของใครยังไม่ได้เริ่มต้นฝึกอบรมคนอื่น อธิษฐานขอให้มีคนที่มีศักยภาพในแวดวงของพวกเขาเพื่อพวกเขาจะฝึกอบรมให้กับคนเหล่านั้นได้

- แล้วให้แต่ละคู่อธิษฐานเผื่อซึ่งกันและกัน

การอบรมภาคความรู้

ทบทวน

การทบทวนในแต่ละชั่วโมงเรียนจะเหมือนกัน ขอให้ผู้เข้าอบรมยืนขึ้นและท่องจำสิ่งที่พวกเขาได้เรียนมาแล้วในบทก่อนหน้า ตรวจดูให้แน่ใจว่าพวกเขาทำสัญญาณมือด้วย

ภาพทั้งแปดภาพที่ช่วยให้เราทำตามแบบอย่างพระเยซูมีอะไรบ้าง?
"ทหาร ผู้แสวงหา ผู้เลี้ยง ผู้หว่าน พระบุตร ผู้บริสุทธิ์ ผู้รับใช้ ผู้อารักขา"

การทวีคูณ
สามสิ่งที่ผู้อารักขาทำมีอะไรบ้าง?
พระบัญชาแรกที่พระเจ้าให้ไว้กับมนุษย์คืออะไร?
พระบัญชาสุดท้ายที่พระเยซูให้ไว้กับมนุษย์คืออะไร?

การรัก   61

ข้าพเจ้าจะเกิดผลและทวีคูณได้อย่างไร?
ทะเลสาบสองแห่งในอิสราเอลชื่ออะไรบ้าง?
ทำไมทะเลสาบทั้งสองแห่งจึงมีความแตกต่างกันมาก?
ท่านอยากเป็นเหมือนทะเลสาบแห่งใด?

พระเยซูทรงมีพระลักษณะอย่างไร?

มาระโก 6:34 เมื่อพระเยซูทรงขึ้นจากเรือและเห็นคนหมู่ใหญ่ก็ทรงสงสาร เพราะพวกเขาเป็นเหมือนแกะที่ไม่มีคนเลี้ยง ดังนั้นพระองค์จึงทรงเริ่มสั่งสอนเขาหลายเรื่อง

"พระเยซูทรงเป็นผู้เลี้ยงที่ดี พระองค์ทรงรักฝูงชนมากมาย พระองค์ทรงมองเห็นปัญหาของพวกเขา และทรงเริ่มต้นสอนวิถีทางของพระเจ้าให้แก่พวกเขา พระองค์ทรงมีชีวิตอยู่ภายในเราและกระทำสิ่งเดียวกันผ่านทางชีวิตของเราด้วย"

🖐 ผู้เลี้ยง
ใช้มือทั้งสองข้างทำท่าเหมือนกำลังรวมคนเข้ามา

สามสิ่งที่ผู้เลี้ยงทำมีอะไรบ้าง?

สดุดี 23:1-6 องค์พระผู้เป็นเจ้าทรงเลี้ยงดูข้าพเจ้าดั่งเลี้ยงแกะ ข้าพเจ้าจะไม่ขัดสน พระองค์ทรงให้ข้าพเจ้านอนลงในทุ่งหญ้าเขียวสด พระองค์ทรงนำข้าพเจ้ามายังริมน้ำอันสงบ พระองค์ทรงฟื้นฟูจิตวิญญาณของข้าพเจ้า พระองค์ทรงนำข้าพเจ้าไปในทางชอบธรรม เพื่อเห็นแก่พระนามของพระองค์ แม้ข้าพระองค์เดินผ่านหุบเขาเงาแห่งความตาย ข้าพระองค์จะไม่หวาดกลัวความชั่วร้ายใดๆ เพราะพระองค์ทรงสถิตกับข้าพระองค์ คทาและธารพระกรของพระองค์เล้าโลมข้าพระองค์ พระองค์ทรงจัดเตรียมอาหารสำหรับข้าพระองค์ ต่อหน้าต่อตาศัตรูของข้าพระองค์ พระองค์ทรงเจิมศีรษะข้าพระองค์ด้วยน้ำมัน จอกของข้าพระองค์เปี่ยมล้นอยู่ แน่ทีเดียว ความดีและความรักอันยั่งยืน จะติดตามข้าพเจ้าไปตลอดวันคืน

ชีวิตของข้าพเจ้า และข้าพเจ้าจะอาศัยอยู่ในพระนิเวศขององค์พระผู้เป็นเจ้าตลอดไป

1. ผู้เลี้ยงนำแกะของพวกเขาไปในทางที่ถูกต้อง
2. ผู้เลี้ยงปกป้องแกะของพวกเขา
3. ผู้เลี้ยงให้อาหารแก่แกะของพวกเขา

"พระเยซูทรงเป็นผู้เลี้ยงและเมื่อเราทำตามอย่างพระองค์ เราจะกลายเป็นผู้เลี้ยงด้วย เราจะนำคนมาหาพระเยซู ปกป้องผู้คนจากสิ่งชั่วร้าย และเลี้ยงพวกเขาด้วยพระวจนะของพระเจ้า"

พระบัญชาที่สำคัญที่สุดที่เราควรสอนคนอื่นคืออะไร?

มาระโก 12:28-31 ธรรมาจารย์คนหนึ่งได้ฟังการซักไซ้ไล่เลียงกันก็เห็นว่าพระเยซูทรงตอบได้ดี จึงทูลถามว่า "ในบรรดาพระบัญญัติทั้งสิ้นข้อไหนสำคัญที่สุด" พระเยซูตรัสตอบว่า "ข้อที่สำคัญที่สุดคือ อิสราเอลเอ๋ย จงฟังเถิด องค์พระผู้เป็นเจ้าพระเจ้าของเรา องค์พระผู้เป็นเจ้าทรงเป็นหนึ่ง จงรักองค์พระผู้เป็นเจ้าพระเจ้าของท่านอย่างสุดใจ สุดจิต สุดความคิด และสุดกำลังของท่าน ส่วนข้อที่สองคือ จงรักเพื่อนบ้านเหมือนรักตนเอง ไม่มีบทบัญญัติใดใหญ่กว่าสองข้อนี้"

"รักพระเจ้า"

- ยื่นมือขึ้นต่อพระเจ้า

"รักผู้คน"

- ยื่นมือออกไปหาคนอื่น

ความรักมาจากที่ใด?

1 ยอห์น 4:7-8 เพื่อนที่รักทั้งหลายให้เรารักซึ่งกันและกันเพราะความรักมาจากพระเจ้า ทุกคนที่รักก็ได้บังเกิดจากพระเจ้าและรู้จักพระเจ้า ผู้ที่ไม่รักก็ไม่รู้จักพระเจ้าเพราะพระเจ้าทรงเป็นความรัก

ความรักมาจากพระเจ้า

"ด้วยเหตุนี้...เรารับความรักจากพระเจ้า และเราให้ความรักกลับคืนแด่พระองค์"

- ยื่นมือขึ้นไปเหมือนกับว่าท่านกำลังรับความรักและให้ความรักกลับคืนแด่พระเจ้า

"เรารับความรักจากพระเจ้า และเรามอบความรักนั้นให้กับผู้อื่น"

- ยื่นมือขึ้นไปเหมือนกับว่าท่านกำลังรับความรัก แล้วยื่นมือออกไปเหมือนกับว่าท่านกำลังให้ความรักนั้นกับผู้อื่น

การนมัสการแบบง่ายคืออะไร?

- **สรรเสริญ**
  ยกมือขึ้นในการสรรเสริญพระเจ้า

- **อธิษฐาน**
  พนมมืออธิษฐาน

- **การอบรมภาคความรู้**
  หงายมือขึ้นเหมือนท่านกำลังอ่านหนังสือ

- **การอบรมภาคปฏิบัติ**
  เคลื่อนมือไปข้างหน้าและกลับมาเหมือนกับว่าท่านกำลังแพร่กระจายเมล็ดพืช

การสร้างสาวกที่สร้างต่อได้

ทำไมเราจึงต้องมีการนมัสการแบบง่าย?

มาระโก 12:30 จงรักองค์พระผู้เป็นเจ้าพระเจ้าของท่านอย่างสุดใจ สุดจิต สุดความคิดและสุดกำลังของท่าน

เรา..	ดังนั้นเราจึง...	สัญญาณมือ
รักพระเจ้าด้วยสิ้นสุดใจ	สรรเสริญ	เอามือวางไว้ที่หัวใจแล้วยกมือขึ้นสรรเสริญพระเจ้า
รักพระเจ้าด้วยสิ้นสุดจิต	อธิษฐาน	กำมือไว้ด้านข้างแล้วพนมมืออธิษฐาน
รักพระเจ้าด้วยสิ้นสุดความคิด	การอบรมภาคความรู้	เอามือวางไว้บนศีรษะด้านขวาทำท่าเหมือนกำลังใช้ความคิด แล้วเอามือลงมาหงายขึ้นเหมือนกำลังอ่านหนังสือ
รักพระเจ้าด้วยสิ้นสุดกำลัง	แบ่งปันสิ่งที่เราได้เรียนไปแล้ว (ภาคปฏิบัติ)	ยกแขนสองข้างขึ้นทำท่าเบ่งกล้าม แล้วยื่นมือออกไปเหมือนกำลังหว่านเมล็ดพืช

- ทบทวนโครงสร้างการนมัสการแบบง่ายให้กับผู้เข้าอบรม แต่ละส่วนของการนมัสการแบบง่ายนั้นช่วยฝึกเราให้เชื่อฟังพระบัญญัติที่สำคัญที่สุดของพระเยซู ในมาระโก 12:30

- บทเรียนนี้อธิบายถึงวัตถุประสงค์ของการนมัสการแบบง่าย ขอให้ท่านฝึกปฏิบัติการทำสัญญาณมือกับผู้เข้าอบรมหลายๆ รอบ

"เรารักพระเจ้าด้วยสิ้นสุดหัวใจของเรา ดังนั้นเราจึงนมัสการพระองค์ เรารักพระเจ้าด้วยสิ้นสุดจิตของเรา ดังนั้นเราจึงอธิษฐาน เรารักพระเจ้าด้วย

สิ้นสุดความคิด ดังนั้นเราจึงอบรมภาคความรู้ เรารักพระเจ้าด้วยสิ้นสุดกำลัง ดังนั้นเราจึงอบรมภาคปฏิบัติ"

การนมัสการแบบง่ายจำเป็นต้องใช้คนจำนวนเท่าไร?

มัทธิว 18:20 เพราะที่ไหนมีสองสามคนมาร่วมชุมนุมกันในนามของเรา เราก็อยู่กับพวกเขาที่นั่น

"พระเยซูทรงสัญญาไว้ว่าเมื่อมีผู้เชื่อสองหรือสามคนมารวมกันที่ไหน พระองค์ทรงอยู่กับพวกเขาที่นั่น"

ข้อพระคัมภีร์ท่องจำ

ยอห์น 13:34-35 เราให้บัญญัติใหม่แก่ท่านทั้งหลายคือ จงรักซึ่งกันและกัน พวกท่านต้องรักซึ่งกันและกันเหมือนที่เราได้รักพวกท่าน ถ้าท่านรักกันและกัน คนทั้งปวงจะรู้ว่าท่านทั้งหลายเป็นสาวกของเรา

- ให้ทุกคนยืนขึ้นและท่องข้อพระคัมภีร์สิบรอบพร้อมกัน โดยหกครั้งแรกผู้เข้าอบรมสามารถดูจากพระคัมภีร์หรือบันทึกของตัวเองได้ แต่ในสี่ครั้งสุดท้ายให้ทุกคนท่องจากความจำ ผู้เข้าอบรมควรท่องชื่อและข้อของพระคัมภีร์ก่อนที่จะท่องเนื้อหาในแต่ละครั้งและเมื่อท่องเสร็จแล้วก็ให้นั่งลงได้

- สิ่งนี้จะช่วยให้ผู้อบรมรู้ว่าใครผ่านบทเรียนในชั่วโมง "การอบรมภาคปฏิบัติ" แล้วบ้าง

การสร้างสาวกที่สร้างต่อได้

การอบรมภาคปฏิบัติ

- ในชั่วโมงเรียนนี้ ขอให้ผู้เข้าอบรมนั่งหันหน้าเข้าหาคู่อธิษฐาน โดยให้สลับกันสอนบทเรียน

  "ให้คนที่อายุมากกว่าของแต่ละคู่เป็นผู้นำ"

- ทำตาม *ขั้นตอนการอบรมผู้อบรม* ในหน้า 23

- เน้นย้ำว่าท่านต้องการให้พวกเขาสอนทุกสิ่งในชั่วโมง "การอบรมภาคความรู้" ด้วยวิธีการที่ท่านทำ

  "ขอให้คุณถามคำถาม อ่านข้อพระคัมภีร์ด้วยกัน และตอบคำถามด้วยวิธีการอย่างเดียวกันกับที่ผม/ฉันทำร่วมกับคุณ"

- หลังจากผู้เข้าอบรมได้ฝึกอบรมซึ่งกันและกันแล้ว ขอให้พวกเขาหาคู่ใหม่และฝึกปฏิบัติสิ่งเดียวกันกับคู่ใหม่อีกครั้ง ขอให้ผู้เข้าอบรมคิดถึงผู้ที่พวกเขาจะแบ่งปันบทเรียนนี้หลังการอบรม

  "ขอให้คุณใช้เวลาสักครู่เพื่อคิดถึงผู้ที่คุณสามารถฝึกอบรมหลังการฝึกอบรมครั้งนี้ ขอให้คุณเขียนรายชื่อบุคคลนั้นที่ด้านบนของหน้ากระดาษบทเรียน"

จบบทเรียน

การนมัสการแบบง่าย

- แบ่งผู้เข้าอบรมเป็นกลุ่มละสี่คน ให้เวลาแต่ละกลุ่มหนึ่งนาทีเพื่อตั้งชื่อกลุ่มของตนเอง

- เดินไปรอบๆ ห้องและขอให้แต่ละกลุ่มบอกชื่อที่พวกเขาเลือก

- ทบทวนขั้นตอนในการนมัสการแบบง่ายร่วมกับผู้เข้าอบรม บอกพวกเขาว่าพวกเขาจะต้องฝึกนมัสการแบบง่ายร่วมกัน

- แต่ละคนในกลุ่มนมัสการแบบง่ายควรจะแบ่งกันนำในช่วงเวลาต่างๆ ของการนมัสการ ตัวอย่างเช่น หนึ่งคนนำนมัสการ อีกคนนำอธิษฐาน อีกคนนำศึกษาพระคัมภีร์ และอีกคนนำในช่วงปฏิบัติ

- บอกให้กลุ่มนำช่วงเวลานมัสการเบาๆ เพราะมีกลุ่มอื่นอยู่ข้างๆ เตือนผู้เข้าอบรมว่าอย่า "เทศนา" แต่ให้ "เล่า" เรื่องจากพระคัมภีร์ ขอให้คนที่ "เล่าเรื่องพระคัมภีร์" เล่าเรื่องเกี่ยวกับความรักของพระเจ้าให้กับกลุ่มของพวกเขาฟัง ขอให้คุณเสนอเรื่องบุตรน้อยหลงหายถ้าหากผู้เข้าอบรมไม่สามารถตัดสินใจได้ว่าจะเล่าเรื่องอะไร คนที่นำในช่วง "ปฏิบัติ" จะถามสามคำถามต่อไปนี้
    1. เรื่องนี้เล่าอะไรเกี่ยวกับพระเจ้าให้กับเรา?
    2. เรื่องนี้เล่าอะไรที่เกี่ยวกับผู้คนให้กับเรา?
    3. เรื่องนี้จะช่วยให้ฉันทำตามอย่างพระเยซูได้อย่างไร?

- ผู้ที่กำลังฝึกเป็นผู้นำ จะเล่าเรื่องจากพระคัมภีร์เรื่องเดียวกันกับเรื่องที่ผู้นำเล่า และจะถามคำถามเดียวกันกับคำถามที่ผู้นำถาม จากนั้น สมาชิกในกลุ่มจะพูดอภิปรายคำถามชุดนี้อีกครั้ง

ทำไมการเริ่มต้นกลุ่มสาวกจึงมีความสำคัญสำหรับท่าน?

แกะและเสือ ๗๒

- อธิบายว่าห้องเรียนเป็นคอกแกะ ขอให้คนหนึ่งอาสาสมัครเป็นคนยาม (ผู้

เลี้ยง) เฝ้าฝูงแกะ ขออาสาสมัครสามคนเป็นเสือ ทุกคนที่เหลือเป็นฝูงแกะ

"เป้าหมายของเกมส์คือให้เสือทำร้ายฝูงแกะให้มากที่สุดเท่าที่จะทำได้ ถ้าหากคนยามแตะตัวเสือ เสือจะต้องล้มลงและ "ตาย" แต่ถ้าหากเสือแตะตัวแกะ แกะจะต้องล้มลงและ "บาดเจ็บ" อธิบายว่าคนยามสามารถบาดเจ็บได้ถ้าหากมีเสือสองตัวแตะตัวเขา/เธอพร้อมกัน เมื่อผู้เล่นคนใด "บาดเจ็บ" หรือ "ตาย" ผู้เล่นคนนั้นจะต้องออกจากการเล่นจนกว่าเกมส์จะจบ"

- ขอให้กลุ่มย้ายหนังสือ ดินสอ และอุปกรณ์ใดๆ ที่อันตรายออกจากพื้นก่อนเริ่มเล่นเกมส์

"พวกคุณบางคนอาจหวีดร้องตอนเล่นเกมส์ก็ไม่เป็นไร"

- ให้นับหนึ่งถึงสามแล้วพูดว่า "เริ่มได้!" ปล่อยให้เกมส์เล่นต่อไปจนกระทั่งเสือทั้งหมดตายหรือแกะทั้งหมดบาดเจ็บ แกะส่วนใหญ่หรือแกะทั้งหมดจะบาดเจ็บ คนยามก็อาจจะบาดเจ็บด้วย

- บอกกับกลุ่มว่าท่านจะให้เล่นเกมส์อีกครั้งหนึ่ง ครั้งนี้ให้เลือกคนยามเพิ่มอีกห้าคนและให้มีเสือสามตัวอย่างเดิม ทุกคนที่เหลือให้เป็นฝูงแกะ หนุนใจให้ฝูงแกะอยู่รวมกันใกล้ๆ กับคนยามในกลุ่มเล็กๆ เพื่อรับการปกป้อง ให้นับหนึ่งถึงสามแล้วพูดว่า "เริ่มได้!"

- ปล่อยให้เกมส์ดำเนินต่อไปจนกว่าเสือทุกตัวตายหรือแกะทุกตัวบาดเจ็บ เสือทุกตัวควรจะตายในเวลาอันรวดเร็ว และมีแกะเพียงสองสามตัวที่บาดเจ็บ

"นี่คือภาพที่ทำให้เราเห็นถึงความจำเป็นที่เราต้องมีกลุ่มเล็กๆ และคริสตจักรใหม่ๆ มากมาย เกมส์ที่เล่นครั้งแรกเหมือนกับศิษยาภิบาลคนเดียวที่พยายามปกป้องทั้งคริสตจักรและต้องการให้คริสตจักรเติบโตขึ้น

และใหญ่ขึ้น มันเป็นเรื่องง่ายที่ซาตานจะเข้ามาและทำร้ายสมาชิกหลายคน ในเกมส์ที่เล่นครั้งที่สอง ผู้นำฝ่ายวิญญาณหลายคนสามารถปกป้องกลุ่มเล็กๆ ของพวกเขาได้ เพราะเหตุนี้เอง ซาตานและสมุนของมัน (เสือ) จึงไม่สามารถทำร้ายฝูงแกะได้ง่ายๆ"

"พระเยซูทรงเป็นผู้เลี้ยงที่ดี พระองค์ทรงประทานชีวิตของพระองค์เพื่อแกะ เราในฐานะผู้เลี้ยงฝ่ายวิญญาณ ควรจะเต็มใจเสียสละชีวิต เวลา คำอธิษฐาน และอุทิศจุดสนใจของเรา ให้แก่คนเหล่านั้นที่เป็นแกะของเรา คนเหล่านั้นที่กำลังมองดูที่เราเพื่อเรียนรู้เกี่ยวกับพระเยซู เราสามารถอยู่กับคนมากมายได้ในที่แห่งหนึ่ง ณ เวลาหนึ่ง ถูกต้องไหม? มีแต่พระเยซูผู้เดียวเท่านั้นที่ทรงสถิตอยู่ทุกหนทุกแห่ง นี่จึงเป็นอีกเหตุผลหนึ่งที่เราควรสอนคนให้สอนคนอื่นๆ ต่อไป เพื่อจะมีจำนวนคนร่วมแบกภาระซึ่งกันและกันมากขึ้น และเพื่อพระบัญญัติของพระคริสต์จะสำเร็จ

บันทึก

4

การอธิษฐาน

การอธิษฐาน แนะนำผู้เรียนให้รู้จักพระเยซูในฐานะผู้บริสุทธิ์ พระองค์ทรงดำเนินชีวิตด้วยความบริสุทธิ์ และทรงสิ้นพระชนม์เพื่อเราบนไม้กางเขน พระเจ้าทรงบัญชาให้เราบริสุทธิ์เมื่อเราติดตามพระเยซู ผู้บริสุทธิ์นมัสการพระเจ้า มีชีวิตที่บริสุทธิ์ และอธิษฐานเผื่อผู้อื่น การทำตามแบบอย่างพระเยซูในการอธิษฐานนั้น เราสรรเสริญพระเจ้า กลับใจจากความบาปของเรา ทูลขอพระเจ้าสำหรับสิ่งต่างๆ ที่จำเป็น และยอมจำนนต่อสิ่งที่พระองค์ทรงขอให้เราทำ

พระเจ้าทรงตอบคำอธิษฐานของเราในสี่ทางด้วยกันคือ ไม่ (ถ้าหากเราขอด้วยแรงจูงใจที่ผิด) รออีกหน่อย (ถ้าหากยังไม่ถึงเวลา) เติบโตขึ้นอีก (ถ้าหากเราจำเป็นต้องพัฒนาให้เป็นผู้ใหญ่มากขึ้นก่อนที่พระองค์จะประทานคำตอบแก่เรา) หรือ ได้ทันที (เมื่อเราอธิษฐานตามพระวจนะและอธิษฐานตรงกับน้ำพระทัยของพระองค์) ผู้เข้าอบรมท่องจำเบอร์โทรศัพท์ของพระเจ้า คือ 3-3-3 ซึ่งมาจากพระธรรมเยเรมีย์ 33:3 และหนุนใจให้ทุกคน "โทรหา" พระเจ้าทุกวัน

นมัสการ

- ขอใครสักคนอธิษฐานขอการทรงสถิตและการอวยพรจากพระเจ้า

- ร้องเพลงนมัสการร่วมกันสองเพลง

อธิษฐาน

- ให้ผู้เข้าอบรมจับคู่กับคนที่พวกเขาไม่เคยจับคู่ด้วยมาก่อน

- ให้ผู้เข้าอบรมแต่ละคนแบ่งปันคำตอบของคำถามต่อไปนี้กับคู่ของตน
    1. เราจะอธิษฐานเผื่อคนที่หลงหายที่คุณรู้จักอย่างไร?
    2. เราจะอธิษฐานเผื่อกลุ่มที่คุณกำลังฝึกอบรมอยู่อย่างไร?

- ถ้าหากคู่ของใครยังไม่ได้เริ่มต้นฝึกอบรมคนอื่น อธิษฐานขอให้มีคนที่มีศักยภาพในแวดวงของพวกเขาเพื่อพวกเขาจะฝึกอบรมให้กับคนเหล่านั้นได้

- แล้วให้แต่ละคู่อธิษฐานเผื่อซึ่งกันและกัน

การอบรมภาคความรู้

เกมส์โทรศัพท์ ๗๑

"คุณเคยเล่นเกมส์โทรศัพท์ไหม?"

- อธิบายว่าท่านจะกระซิบข้อความให้กับคนที่อยู่ข้างๆ ท่านสองสามคำ แล้วพวกเขาก็จะกระซิบบอกคนถัดไปถึงสิ่งที่พวกเขาได้ยินจนกระทั่งครบรอบวงกลม

- คนสุดท้ายจะพูดซ้ำประโยคที่เขาได้ยิน ท่านจะพูดประโยคที่ท่านพูดครั้งแรก และทุกคนก็จะสามารถเปรียบเทียบได้ว่าเหมือนกับประโยคที่พวกเขาได้ยินหรือไม่ ให้คุณเลือกพูดประโยคไร้สาระเล็กน้อย และมีส่วนย่อยหลายส่วน ขอให้เล่นเกมส์นี้สองครั้ง

การอธิษฐาน 73

"เรามักจะได้ยินหลายสิ่งเกี่ยวกับพระเจ้า แต่เราไม่พูดกับพระองค์โดยตรงเสมอ ในเกมส์ของเรา ถ้าหากคุณถามผม/ฉันว่า ผม/ฉันพูดว่าอะไร มันก็จะไม่ยากที่จะเข้าใจ แต่เมื่อคุณได้ยินประโยคหลังจากที่ผ่านหลายคนมาแล้ว มันง่ายมากที่จะเกิดความผิดพลาด การอธิษฐานเป็นสิ่งสำคัญสำหรับชีวิตฝ่ายวิญญาณของเราเพราะมันเป็นการพูดคุยโดยตรงกับพระเจ้า"

ทบทวน

การทบทวนในแต่ละชั่วโมงเรียนจะเหมือนกัน ขอให้ผู้เข้าอบรมยืนขึ้นและท่องจำสิ่งที่พวกเขาได้เรียนมาแล้วในบทก่อนหน้า ตรวจดูให้แน่ใจว่าพวกเขาทำสัญญาณมือด้วย

ภาพทั้งแปดภาพที่ช่วยให้เราทำตามแบบอย่างพระเยซูมีอะไรบ้าง?
"ทหาร ผู้แสวงหา ผู้เลี้ยง ผู้หว่าน พระบุตร ผู้บริสุทธิ์ ผู้รับใช้ ผู้อารักขา"

การทวีคูณ
สามสิ่งที่ผู้อารักขาทำมีอะไรบ้าง?
พระบัญชาแรกที่พระเจ้าให้ไว้กับมนุษย์คืออะไร?
พระบัญชาสุดท้ายที่พระเยซูให้ไว้กับมนุษย์คืออะไร?
ข้าพเจ้าจะเกิดผลและทวีคูณได้อย่างไร?
ทะเลสาบสองแห่งในอิสราเอลชื่ออะไรบ้าง?
ทำไมทะเลสาบทั้งสองแห่งจึงมีความแตกต่างกันมาก?
ท่านอยากเป็นเหมือนทะเลสาบแห่งใด?

การรัก
สามสิ่งที่ผู้เลี้ยงทำมีอะไรบ้าง?
พระบัญชาที่สำคัญที่สุด ที่เราควรสอนคนอื่นคืออะไร?
ความรักมาจากที่ใด?

การนมัสการแบบง่ายคืออะไร?
ทำไมเราจึงต้องมีการนมัสการแบบง่าย?
การนมัสการแบบง่ายจำเป็นต้องใช้คนจำนวนเท่าใด?

พระเยซูทรงมีพระลักษณะอย่างไร?

ลูกา 4:33-35 ชายคนหนึ่งในธรรมศาลามีวิญญาณชั่วเข้าสิง เขาร้องสุดเสียงว่า "พระเยซูแห่งนาซาเร็ธ ท่านต้องการอะไรจากพวกเรา? ท่านมาเพื่อทำลายพวกเราหรือ? ข้ารู้ว่าท่านเป็นใครท่านคือองค์บริสุทธิ์ของพระเจ้า!" พระเยซูตรัสสั่งอย่างเฉียบขาดว่า "เงียบ! ออกมาจากเขาเดี๋ยวนี้!" แล้วผีก็ทำให้คนนั้นล้มลงต่อหน้าคนทั้งปวง และออกมาโดยไม่ได้ทำอันตรายเขาแต่อย่างใด

"พระเยซูทรงเป็นผู้บริสุทธิ์ของพระเจ้า พระองค์ทรงเป็นผู้เดียวที่เรานมัสการ พระองค์ทรงอธิษฐานวิงวอนเพื่อเราต่อหน้าพระบัลลังก์ของพระเจ้า พระองค์ทรงเรียกเราให้อธิษฐานวิงวอนแทนผู้อื่นและมีชีวิตที่บริสุทธิ์ชอบธรรมที่เชื่อมกับพระองค์ พระเยซูทรงเรียกเราให้เป็นผู้บริสุทธิ์"

ผู้บริสุทธิ์
🖐 พนมมืออธิษฐาน

สามสิ่งที่ผู้บริสุทธิ์ทำมีอะไรบ้าง?

มัทธิว 21:12-16 พระเยซูเสด็จเข้าไปในบริเวณพระวิหารและทรงขับไล่บรรดาผู้ที่ซื้อขายของกันที่นั่น ทรงคว่ำโต๊ะของผู้รับแลกเงินและม้านั่งของคนขายนกพิราบ พระองค์ตรัสกับคนเหล่านั้นว่า "มีคำเขียนไว้ว่า นิเวศของเราจะได้ชื่อว่านิเวศแห่งการอธิษฐาน แต่พวกเจ้ามาทำให้กลายเป็นซ่องโจร" คนตาบอดและคนง่อยพากันมาเข้าเฝ้าพระเยซูที่พระวิหาร และพระองค์ทรงรักษาพวกเขา แต่เมื่อพวกหัวหน้าปุโรหิตและธรรมาจารย์เห็น

การอัศจรรย์ต่างๆ ที่ทรงกระทำและที่พวกเด็กๆ ร้องตะโกนในเขตพระวิหารว่า "โฮซันนาแด่บุตรดาวิด" ก็พากันไม่พอใจ พวกเขาทูลถามพระองค์ว่า "ท่านไม่ได้ยินสิ่งที่เด็กๆ เหล่านี้กำลังพูดกันหรือ?" พระเยซูตรัสว่า "ได้ยินสิ พวกท่านไม่เคยอ่านพบบ้างหรือ? ที่ว่าพระองค์ทรงสถาปนาคำสรรเสริญจากริมฝีปากของเด็กและทารก"

1. ผู้บริสุทธิ์นมัสการพระเจ้า

   "เราต้องสรรเสริญพระเจ้าเหมือนกับเด็กๆ ในพระวิหาร"

2. ผู้บริสุทธิ์มีชีวิตที่บริสุทธิ์

   "พระเยซูไม่อนุญาตให้พระนิเวศของพระบิดาถูกทำให้เป็นมลทินโดยความโลภ"

3. ผู้บริสุทธิ์อธิษฐานเผื่อผู้อื่น

   "พระเยซูตรัสว่าพระนิเวศของพระบิดาเป็นนิเวศแห่งการอธิษฐาน"

"พระเยซูทรงเป็นผู้บริสุทธิ์และทรงมีชีวิตอยู่ภายในเรา เมื่อเราทำตามอย่างพระองค์ เราจะจำเริญขึ้นในความบริสุทธิ์ในฐานะผู้ชอบธรรมของพระองค์ เราจะนมัสการ มีชีวิตที่บริสุทธิ์ และอธิษฐานเผื่อผู้อื่นเหมือนอย่างที่พระเยซูทรงกระทำ"

เราควรจะอธิษฐานอย่างไร?

ลูกา 10:21 ขณะนั้นพระเยซูทรงเปี่ยมด้วยความชื่นชมยินดีโดยทางพระวิญญาณบริสุทธิ์และตรัสว่า "ข้าแต่พระบิดาองค์พระผู้เป็นเจ้าแห่งฟ้าสวรรค์และแผ่นดินโลก ข้าพระองค์สรรเสริญพระองค์ เพราะพระองค์ทรงปิดบังสิ่งเหล่านี้จากคนฉลาดและผู้รู้ และทรงเปิดเผยแก่บรรดาเด็กเล็กๆ ข้าแต่พระบิดาเพราะพระองค์ทรงเห็นชอบเช่นนั้น"

สรรเสริญ

"พระเยซูทรงเข้ามาหาพระเจ้าโดยการอธิษฐานด้วยท่าทีแห่งความชื่นชมยินดีและการขอบพระคุณสำหรับสิ่งที่พระเจ้าทรงกระทำในโลก"

สรรเสริญ
✋ ยกมือขึ้นในการนมัสการ

ลูกา 18:10-14 "มีสองคนขึ้นไปอธิษฐานในบริเวณพระวิหาร คนหนึ่งเป็นพวกฟาริสี และคนหนึ่งเป็นพวกเก็บภาษี คนฟาริสีนั้นยืนนึกในใจของตนอธิษฐานว่า 'ข้าแต่พระเจ้า ข้าพระองค์โมทนาขอบพระคุณของพระองค์ที่ข้าพระองค์ไม่เหมือนคนอื่น ซึ่งเป็นคนโลภ คนอธรรม และคนล่วงประเวณี และไม่เหมือนคนเก็บภาษีคนนี้ ในสัปดาห์หนึ่ง ข้าพระองค์ถืออดอาหารสองหน และของสารพัดซึ่งข้าพระองค์หาได้ ข้าพระองค์ได้เอาสิบชักหนึ่งมาถวาย' แต่คนเก็บภาษีนั้นยืนอยู่แต่ไกล เขาไม่กล้าแม้แต่จะเงยหน้าขึ้นฟ้าแต่ทุบตีอกของตนและพูดว่า 'ข้าแต่พระเจ้า ขอทรงเมตตาข้าพระองค์ผู้เป็นคนบาปด้วยเถิด' "เราบอกท่านว่า คนนี้ต่างหากที่กลับบ้านไปโดยถือว่าเป็นผู้ชอบธรรมต่อหน้าพระเจ้า เพราะทุกคนที่ยกตนเองขึ้นจะถูกทำให้ต่ำลง และผู้ที่ถ่อมตนลงจะได้รับการเชิดชูขึ้น"

กลับใจ

"ในเรื่องนี้ พระเยซูทรงเปรียบเทียบความแตกต่างระหว่างชายสองคนที่อธิษฐาน เมื่อฟาริสีอธิษฐาน เขาหยิ่งและมองว่าตัวเองเหนือกว่า "คนบาป" เมื่อคนเก็บภาษีอธิษฐาน เขาถ่อมตัวลงต่อหน้าพระเจ้าและสารภาพบาปของเขา พระเยซูตรัสว่าคนเก็บภาษีเป็นคนที่พระเจ้าทรงพอพระทัยในคำอธิษฐานของเขา

"การกลับใจหมายถึงการยอมรับความบาปผิดของเราและการหันออกจากการกระทำนั้น เพื่อไม่ให้กระทำซ้ำอีก คนเหล่านั้นที่กลับใจได้รับการยกโทษและเป็นที่พอพระทัยพระเจ้า"

การกลับใจ
✋ เอาฝ่ามือหันออกบังหน้า แล้วหันศีรษะออกไป

⊕

ลูกา 11:9 ฉะนั้นเราบอกท่านว่า จงขอแล้วท่านจะได้รับ จงหาแล้วท่านจะพบ จงเคาะแล้วประตูจะเปิดให้แก่ท่าน

ทูลขอ

"หลังจากเข้าไปในการทรงสถิตของพระเจ้าด้วยการสรรเสริญและการกลับใจจากบาป เราพร้อมที่จะทูลขอต่อพระเจ้าสำหรับความจำเป็นต่างๆ ของเรา ผู้คนมากมายเริ่มอธิษฐานโดยการทูลขอ ซึ่งเป็นสิ่งที่หยาบคาย คำอธิษฐานที่พระเยซูทรงสอนแก่สาวกของพระองค์ สอนให้เราเริ่มอธิษฐานโดยการสรรเสริญพระเจ้า (มัทธิว 6:9) จากนั้นเราจึงจะทูลขอ"

ทูลขอ
✋ แบมือเป็นรูปถ้วยเพื่อพร้อมรับ

⊕

ลูกา 22:42 "ข้าแต่พระบิดา ถ้าพระองค์พอพระทัย ขอทรงเอาถ้วยนี้ไปจากข้าพระองค์ อย่างไรก็ตามอย่าให้เป็นไปตามใจของข้าพระองค์ แต่ขอให้สำเร็จดังพระประสงค์ของพระองค์

ยอมจำนน

"พระเยซูทรงเป็นทุกข์อย่างยิ่งในสวนเกธเซมาเนเกี่ยวกับเรื่องกางเขน แต่พระองค์ตรัสว่า "อย่างไรก็ตามอย่าให้เป็นไปตามใจของข้าพระองค์ แต่ขอให้สำเร็จดัง พระประสงค์ของพระองค์" หลังจากการทูลขอต่อพระเจ้าสำหรับความจำเป็นต่างๆของเราแล้ว ให้เราฟังพระองค์และยอมจำนนต่อสิ่งที่พระองค์ทรงร้องขอจากเรา"

ยอมจำนน – พระเจ้าทรงร้องขอจากเรา

พนมมือที่ระดับหน้าผากเพื่อเป็นการแสดงความเคารพ

อธิษฐานพร้อมกัน

- นำกลุ่มอธิษฐานโดยใช้คำอธิษฐานทั้งสี่ส่วน โดยอธิษฐานทีละส่วน

- ทุกคนในกลุ่มอธิษฐานออกเสียงในช่วงของการ "สรรเสริญ" และ "ทูลขอ" แต่ในช่วงของการ "กลับใจ" และ "ยอมจำนน" แต่ละคนควรอธิษฐานส่วนตัวเงียบๆ

  "คุณจะรู้ว่าจบการอธิษฐานเมื่อผม/ฉันพูดว่า...และให้คนของพระเจ้ากล่าวพร้อมกันว่า...อาเมน"

- หนุนใจผู้เข้าอบรมให้ใช้สัญญาณมือในขณะที่อธิษฐานเพื่อเป็นการช่วยให้จดจำส่วนต่างๆ ของคำอธิษฐานที่พวกเขากำลังปฏิบัตินั้น

พระเจ้าทรงตอบคำอธิษฐานของเราอย่างไรบ้าง?

มัทธิว 20:20-22 แล้วภรรยาของเศเบดีพาบุตรชายทั้งสองของนางมาคุกเข่าทูลขอพระเยซู พระองค์ตรัสว่า "ท่านประสงค์สิ่งใด?" นางทูลว่า

การอธิษฐาน 79

"ขอให้ลูกชายของข้าพระองค์ได้นั่งในราชอาณาจักรของพระองค์ คนหนึ่งอยู่ที่ข้างขวา อีกคนหนึ่งอยู่ข้างซ้าย พระเยซูตรัสว่า "ท่านไม่รู้ว่ากำลังขออะไร ถ้วยที่เรากำลังจะดื่มพวกท่านดื่มได้หรือ? เขาทูลว่า "ได้พระเจ้าข้า"

ไม่

"แม่ของยากอบและยอห์นทูลขอพระเยซูเพื่อให้ลูกชายของเธอทั้งสองคนนั่งอยู่ในตำแหน่งที่สำคัญที่สุดในอาณาจักรของพระองค์ ความหยิ่งและความต้องการอำนาจเป็นตัวผลักดันเธอ พระเยซูบอกเธอว่าพระองค์จะไม่ทรงประทานให้ตามคำขอของเธอเพราะมีแต่พระบิดาเท่านั้นที่ทรงมีสิทธิอำนาจ พระเจ้าตรัสว่า "ไม่" เมื่อเราขอด้วยแรงจูงใจที่ผิด"

ไม่ –เรามีแรงจูงใจที่ผิด
✋ ส่ายศีรษะเพื่อเป็นสัญญาณบอกว่า "ไม่"

ยอห์น 11:11-15 หลังจากที่พระองค์ตรัสดังนั้นแล้ว พระองค์ตรัสบอกพวกเขาต่อไปว่า "ลาซารัสเพื่อนของเราหลับไปแล้วแต่เราจะไปที่นั่นเพื่อปลุกเขาให้ตื่นขึ้นมา" เหล่าสาวกของพระองค์ทูลตอบว่า "พระองค์เจ้าข้า หากเขาหลับอาการก็คงจะดีขึ้น" พระเยซูได้ตรัสถึงความตายของลาซารัสแต่พวกสาวกคิดว่าทรงหมายถึงการนอนหลับธรรมดา ดังนั้นพระองค์จึงทรงบอกพวกเขาตรงๆ ว่า "ลาซารัสตายแล้ว เพราะเห็นแก่พวกท่านเราจึงดีใจที่ไม่ได้อยู่ที่นั่นเพื่อท่านจะได้เชื่อ แต่ให้พวกเราไปหาเขากันเถิด"

รออีกหน่อย

"พระเยซูทรงรู้ว่าลาซารัสป่วย และพระองค์ทรงสามารถมาถึงเร็วกว่านี้และรักษาเขาให้หาย แต่อย่างไรก็ตาม พระเยซูทรงรอจนกระทั่งลาซารัสตายเพราะพระองค์ต้องการทำกิจอันยิ่งใหญ่กว่า คือ การชุบคนให้เป็นขึ้นจากความตาย

พระเยซูทรงรู้ว่าสิ่งนี้จะทำให้ความเชื่อของพวกเขาเข้มแข็งขึ้นและจะถวายพระเกียรติอันยิ่งใหญ่กว่าแด่พระเจ้าเมื่อลาซารัสเป็นขึ้นมาอีกครั้ง บางครั้งเราต้องรอเพราะเวลายังไม่เหมาะสม

รออีกหน่อย – เราจำเป็นต้องรอเวลาของพระเจ้า ไม่ใช่เวลาของเราเอง
✋ เอามือทั้งสองข้างทำท่าผลักลงไปเหมือนกำลังบอกให้รถยนต์ชะลอความเร็ว

⊕

ลูกา 9:51-56 เมื่อใกล้ถึงเวลาที่พระเยซูจะทรงถูกรับขึ้นสู่สวรรค์ พระองค์ทรงตั้งพระทัยที่จะไปยังกรุงเยรูซาเล็ม และพระองค์ทรงส่งคนไปล่วงหน้า พวกเขาก็เข้าไปในหมู่บ้านแห่งหนึ่งของชาวสะมาเรียเพื่อเตรียมสิ่งต่างๆให้พร้อมสำหรับพระองค์ แต่ผู้คนที่นั่นไม่ต้อนรับพระองค์ เมื่อยากอบกับยอห์นสาวกของพระองค์เห็นเช่นนี้ก็ทูลถามว่า "พระองค์เจ้าข้า พระองค์ทรงต้องการให้พวกข้าพระองค์ ขอไฟจากสวรรค์ลงมาทำลายพวกเขาหรือไม่?" แต่พระองค์ทรงหันมาตำหนิพวกเขา แล้วพวกเขาพากันไปยังอีกหมู่บ้านหนึ่ง

เติบโตขึ้นอีก

"เมื่อชาวสะมาเรียไม่ต้อนรับพระเยซู ยากอบและยอห์นต้องการให้พระองค์ทำลายทั้งหมู่บ้านด้วยการส่งไฟลงมาเผา สาวกเหล่านี้ไม่เข้าใจพันธกิจของพระเยซู พระองค์มาเพื่อช่วยผู้คน ไม่ใช่มาเพื่อทำลายพวกเขา เหล่าสาวกจำเป็นต้องพัฒนาตัวเองให้เติบโตขึ้นอีก ในทำนองเดียวกัน เมื่อเราขอพระเจ้าสำหรับสิ่งต่างๆ ที่ไม่ได้มีความจำเป็นสำหรับเราจริงๆ หรือสิ่งเหล่านั้นอาจทำให้เราเดือดร้อน หรือสิ่งเหล่านั้นไม่ตรงกับพันธกิจของพระเจ้าสำหรับชีวิตของเรา พระองค์ก็ไม่ประทานสิ่งเหล่านั้น พระองค์ตรัสว่าเราจำเป็นต้องเติบโตมากขึ้น"

การอธิษฐาน 81

เติบโตขึ้นอีก – พระเจ้าทรงต้องการให้เราเติบโตในด้านใดด้านหนึ่งก่อน
✋ เอามือทั้งสองข้างทำท่าต้นไม้ต้นหนึ่งที่กำลังเติบโตขึ้น

ยอห์น 15:7 ถ้าพวกท่านคงอยู่ในเราและถ้อยคำของเราคงอยู่ในพวกท่าน จงขอสิ่งใดๆ ที่พวกท่านปรารถนาแล้วพวกท่านจะได้รับสิ่งนั้น

ได้ทันที

"เมื่อเราทำตามอย่างพระเยซูและมีชีวิตอยู่โดยถ้อยคำของพระองค์ เราสามารถขอพระเจ้าสำหรับความจำเป็นต่างๆ ของเราและมั่นใจได้ว่าพระองค์จะทรงประทานสิ่งเหล่านั้น พระเจ้าตรัสว่า "ใช่ ได้ทันที! เจ้าได้ในสิ่งที่เจ้าขอแล้ว"

ได้ทันที– เมื่อเราอธิษฐานตามน้ำพระทัยของพระองค์ พระองค์ทรงตรัสว่า "ได้"
✋ ผงกศีรษะ เป็นสัญญาณว่า "ได้" และทำมือส่งสัญญาณว่า "ไปได้"

ข้อพระคัมภีร์ท่องจำ

ลูกา 11:9 ฉะนั้นเราบอกท่านว่า จงขอแล้วท่านจะได้รับ จงหาแล้วท่านจะพบจงเคาะแล้วประตูจะเปิดให้แก่ท่าน

- ให้ทุกคนยืนขึ้นและท่องข้อพระคัมภีร์สิบรอบพร้อมกัน โดยหกครั้งแรกผู้เข้าอบรมสามารถดูจากพระคัมภีร์หรือบันทึกของตัวเองได้ และในสี่ครั้งสุดท้ายให้ทุกคนท่องจากความจำ ผู้เข้าอบรมควรท่องชื่อและข้อของพระคัมภีร์ก่อนที่จะท่องเนื้อหาในแต่ละครั้งและเมื่อเสร็จแล้วก็ให้นั่งลงได้

- สิ่งนี้จะช่วยให้ผู้อบรมรู้ว่าใครที่ผ่านบทเรียนในชั่วโมง "การอบรมภาคปฏิบัติ" แล้วบ้าง

การอบรมภาคปฏิบัติ

- ในชั่วโมงเรียนขอให้ผู้เข้าอบรมนั่งหันหน้าเข้าหาคู่อธิษฐาน โดยให้สลับกันสอนบทเรียน

  "ให้คนที่เตี้ยกว่าของแต่ละคู่เป็นผู้นำ"

- ทำตามขั้นตอนการอบรมผู้อบรมในหน้า 23

- เน้นย้ำว่าท่านต้องการให้พวกเขาสอนทุกสิ่งในชั่วโมง "การอบรมภาคความรู้" ด้วยวิธีการที่ท่านทำ

  "ขอให้คุณถามคำถาม อ่านข้อพระคัมภีร์ด้วยกัน และตอบคำถามด้วยวิธีการอย่างเดียวกันกับที่ผม/ฉันทำร่วมกับคุณ"

- หลังจากผู้เข้าอบรมได้ฝึกอบรมซึ่งกันและกันแล้ว ขอให้พวกเขาหาคู่ใหม่และฝึกปฏิบัติสิ่งเดียวกันกับคู่ใหม่อีกครั้ง ขอให้ผู้เข้าอบรมคิดถึงผู้ที่พวกเขาจะแบ่งปันบทเรียนนี้หลังจากการอบรมแล้ว

  "ขอให้คุณใช้เวลาสักครู่เพื่อคิดถึงผู้ที่คุณสามารถฝึกอบรมหลังการฝึกอบรมครั้งนี้ ขอให้คุณเขียนรายชื่อบุคคลนั้นที่ด้านบนของหน้ากระดาษบทเรียน"

จบบทเรียน

เบอร์โทรศัพท์ของพระเจ้า ๙๓

"คุณรู้จักเบอร์โทรศัพท์ของพระเจ้าไหม? คือ 3-3-3"

เยเรมีย์ 33:3 "จงร้องเรียกเราและเราจะตอบเจ้า และจะบอกถึงสิ่งที่ยิ่งใหญ่ สิ่งที่เจ้าไม่รู้และไม่อาจค้นพบได้นั้นแก่เจ้า"

"ตรวจสอบให้แน่ใจว่าคุณได้ร้องเรียกหาพระองค์ทุกวัน พระองค์กำลังรอฟังคุณอยู่และรักที่จะพูดคุยกับลูกของพระองค์!"

สองมือ – สิบนิ้ว ๗๔

- ชูสองมือขึ้นมา

  "มีคนอยู่สองประเภทที่เราควรอธิษฐานเผื่อทุกวัน คือ ผู้เชื่อและผู้ไม่เชื่อ

  เราอธิษฐานเผื่อผู้เชื่อที่พวกเขาจะทำตามอย่างพระเยซูและฝึกคนอื่นให้ทำอย่างเดียวกัน เราอธิษฐานเผื่อผู้ไม่เชื่อที่พวกเขาจะรับพระคริสต์"

- หนุนใจให้ผู้เข้าอบรมเลือกผู้ไม่เชื่อห้าคนสำหรับแต่ละนิ้วในมือขวา และใช้เวลาอธิษฐานเผื่อพวกเขาให้เป็นผู้ทำตามอย่างพระเยซู

- ส่วนในแต่ละนิ้วของมือซ้าย ให้ผู้เข้าอบรมรวมผู้เชื่อที่พวกเขารู้จัก ซึ่งเป็นคนที่พวกเขาสามารถฝึกอบรมให้ทำตามอย่างพระเยซู ใช้เวลาอธิษฐานเผื่อผู้เชื่อห้าคนนี้ให้ทำตามอย่างพระเยซูด้วยสุดหัวใจ

กิจการ 29 ของฉัน
W
E
N
S
โรงเรียน
แม่น้ำ
แม่น้ำ
โรงเรียนพระคัมภีร์
ฐานทัพ
สนามฟุตบอล
บึง

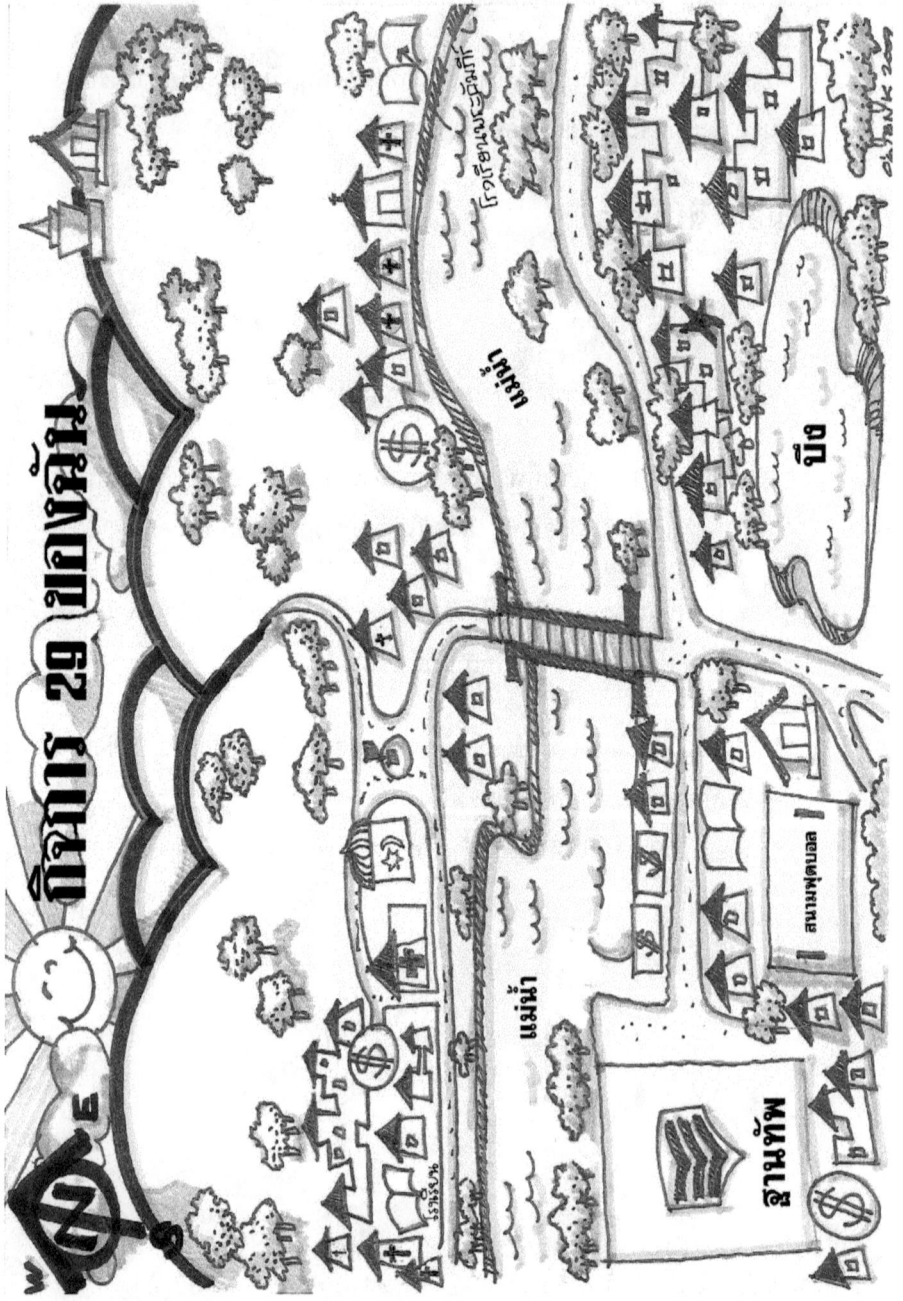

5

การเชื่อฟัง

การเชื่อฟัง แนะนำให้ผู้เข้าอบรมรู้จักพระเยซูในฐานะผู้รับใช้ ผู้รับใช้ช่วยเหลือผู้คน พวกเขามีหัวใจที่ถ่อม และพวกเขาเชื่อฟังเจ้านายของพวกเขา ในทำนองเดียวกัน พระเยซูทรงรับใช้และติดตามพระบิดาของพระองค์ เวลานี้เรารับใช้และติดตามพระเยซู ในฐานะที่พระองค์ทรงเปี่ยมไปด้วยสิทธิอำนาจทั้งมวล พระองค์ทรงให้คำบัญชาแก่เราเพื่อจะเชื่อฟังสี่ประการ คือ จงออกไป สร้างสาวก ให้พวกเขารับบัพติศมา และสอนพวกเขาให้เชื่อฟังทุกสิ่งที่พระองค์ทรงบัญชาไว้นั้น พระเยซูทรงสัญญาว่าพระองค์จะทรงอยู่กับเราเสมอ เมื่อพระเยซูให้คำบัญชา เราควรเชื่อฟังทุกเวลา เชื่อฟังอย่างทันที และเชื่อฟังจากหัวใจแห่งรัก

มรสุมชีวิตเกิดขึ้นกับทุกคน แต่คนฉลาดสร้างชีวิตของตนด้วยการเชื่อฟังพระบัญชาของพระเยซู คนโง่ไม่ทำอย่างนั้น สุดท้ายผู้เข้าอบรมเริ่มต้นศึกษาแผนที่กิจการ 29 คือ ภาพทุ่งนาแห่งการเก็บเกี่ยวของพวกเขาซึ่งพวกเขาจะนำเสนอในช่วงจบการสัมมนาสร้างสาวก

นมัสการ

- ขอใครสักคนอธิษฐานขอการทรงสถิตและการอวยพรจากพระเจ้า

- ร้องเพลงนมัสการร่วมกันสองเพลง

อธิษฐาน

- ให้ผู้เข้าอบรมจับคู่กับคนที่พวกเขาไม่เคยจับคู่ด้วยมาก่อน

- ให้ผู้เข้าอบรมแต่ละคนแบ่งปันคำตอบของคำถามต่อไปนี้กับคู่ของตน
    1. เราจะอธิษฐานเผื่อคนที่หลงหายที่คุณรู้จักอย่างไร?
    2. เราจะอธิษฐานเผื่อกลุ่มที่คุณกำลังฝึกอบรมอยู่อย่างไร?

- ถ้าหากคู่ของใครยังไม่ได้เริ่มต้นฝึกอบรมคนอื่น อธิษฐานขอให้มีคนที่มีศักยภาพในแวดวงของพวกเขาเพื่อพวกเขาจะฝึกอบรมให้กับคนเหล่านั้นได้

- แล้วให้แต่ละคู่อธิษฐานเผื่อซึ่งกันและกัน

การอบรมภาคความรู้

เต้นท่าไก่ฟังกี้! ๗๘

"ผม/ฉันอยากจะทำอะไรบางอย่างวันนี้ และผม/ฉันหวังว่าคุณจะไม่มีวันลืมสิ่งนี้ ขอให้ทุกคนยืนเป็นวงกลมและมองดูที่ผม/ฉัน ผม/ฉันต้องการให้คุณทำท่าลอกเลียนผม/ฉันทุกอย่าง"

- ครั้งแรกให้ท่านทำท่าสัญญาณมือแบบง่ายๆ ที่ทุกคนสามารถทำตามได้ เช่น ทำท่าหาว ตบแก้มตัวเองเบาๆ ลูบข้อศอก เป็นต้น ทำแต่ละท่าช้าๆ ง่ายๆ เพื่อทุกคนสามารถทำตามได้อย่างง่ายดาย

"ทำตามผม/ฉันได้ง่ายไหม? ทำไมถึงง่ายหรือทำไมถึงไม่ง่าย?"

"ท่าทางของผม/ฉันทำตามได้ง่ายเพราะว่าผม/ฉันใช้ท่าง่ายๆ แต่ตอนนี้ผม/ฉันอยากให้คุณลอกเลียนผม/ฉันอีกครั้ง อย่าลืมนะครับ/คะว่า ทำตามผม/ฉันทุกอย่าง"

- ครั้งที่สอง ขอให้ท่านเต้นการผสมท่าระหว่าง ท่าไก่ฟังกี้ ท่าดิสโก้ของจอห์น ทราวอลต้า และจังหวะฟ็อกซ์ทรอต

- หรือสร้างท่าอะไรที่ตลกๆ ของท่านขึ้นมาเองที่ทุกคนทำตามได้ยาก บางคนจะพยายามลอกเลียนท่าทางของท่าน แต่ส่วนใหญ่จะได้แต่หัวเราะและบอกว่าทำไม่ได้

"เป็นยังไงบ้าง ครั้งนี้ทำตามผม/ฉันได้ง่ายไหม? ทำไมถึงง่ายและทำไมถึงไม่ง่าย?"

"เรากำลังสอนบทเรียนที่ง่ายเพื่อให้คนอื่นถ่ายทอดต่อไปได้ เมื่อเราสอนบทเรียนด้วยวิธีนี้ คุณสามารถฝึกสอนคนอื่นให้สอนคนอื่นๆ ต่อไป ถ้าหากบทเรียนยากหรือซับซ้อนเกินไป ผู้คนก็ไม่สามารถนำไปสอนต่อให้กับคนอื่นๆ เมื่อคุณศึกษาวิธีการสอนของพระเยซู คุณจะพบว่าพระองค์แบ่งปันบทเรียนง่ายๆ ที่ทำให้ผู้คนสามารถจดจำและเล่าต่อไปให้คนอื่นฟังได้ เราต้องการทำตามวิธีการของพระเยซูเมื่อเราฝึกสอนคนอื่น"

ทบทวน

การทบทวนในแต่ละชั่วโมงเรียนจะเหมือนกัน ขอให้ผู้เข้าอบรมยืนขึ้นและท่องจำสิ่งที่พวกเขาได้เรียนมาแล้วในบทก่อนหน้า ตรวจดูให้แน่ใจว่าพวกเขาทำสัญญาณมือด้วย

ภาพทั้งแปดภาพที่ช่วยให้เราทำตามแบบอย่างพระเยซูมีอะไรบ้าง?
"ทหาร ผู้แสวงหา ผู้เลี้ยง ผู้หว่าน พระบุตร ผู้บริสุทธิ์ ผู้รับใช้ ผู้อารักขา"

การทวีคูณ

สามสิ่งที่ผู้อารักขาทำมีอะไรบ้าง?
พระบัญชาแรกที่พระเจ้าให้ไว้กับมนุษย์คืออะไร?
พระบัญชาสุดท้ายที่พระเยซูให้ไว้กับมนุษย์คืออะไร?
ข้าพเจ้าจะเกิดผลและทวีคูณได้อย่างไร?
ทะเลสาบสองแห่งในอิสราเอลชื่ออะไรบ้าง?
ทำไมทะเลสาบทั้งสองแห่งจึงมีความแตกต่างกันมาก?
ท่านอยากเป็นเหมือนทะเลสาบแห่งใด?

การรัก

สามสิ่งที่ผู้เลี้ยงทำมีอะไรบ้าง?
พระบัญชาที่สำคัญที่สุด ที่เราควรสอนคนอื่นคืออะไร?
ความรักมาจากที่ใด?
การนมัสการแบบง่ายคืออะไร?
ทำไมเราจึงต้องมีการนมัสการแบบง่าย?
การนมัสการแบบง่ายจำเป็นต้องใช้คนจำนวนเท่าใด?

การอธิษฐาน

สามสิ่งที่ผู้ชอบธรรมทำมีอะไรบ้าง?
เราควรอธิษฐานอย่างไร?
พระเจ้าตอบคำอธิษฐานของเราอย่างไรบ้าง?
เบอร์โทรศัพท์ของพระเจ้าคืออะไร?

พระเยซูทรงมีพระลักษณะอย่างไร?

มาระโก 10:45 เพราะแม้แต่บุตรมนุษย์ก็ไม่ได้มาเพื่อรับการปรนนิบัติแต่มาเพื่อปรนนิบัติ และประทานชีวิตของพระองค์เป็นค่าไถ่สำหรับคนเป็นอันมาก

"พระเยซูทรงเป็นผู้รับใช้ ความร้อนรนของพระเยซูคือเพื่อรับใช้พระบิดาโดยการมอบชีวิตของพระองค์ให้กับมวลชน"

ผู้รับใช้

ทำท่าตอกค้อน

สามสิ่งที่ผู้รับใช้กระทำมีอะไรบ้าง?

ฟิลิปปี 2:5-8 ท่านควรมีท่าทีแบบเดียวกับพระเยซูคริสต์ ผู้ทรงสภาพพระเจ้า แต่ไม่ได้ยึดติดในความเท่าเทียมกับพระเจ้า พระองค์กลับทรงสละทุกสิ่งมารับสภาพทาส บังเกิดเป็นมนุษย์ และเมื่อทรงปรากฏเป็นมนุษย์พระองค์ทรงถ่อมพระองค์ลงและยอมเชื่อฟังแม้ต้องตายบนไม้กางเขน

1. ผู้รับใช้ช่วยเหลือผู้อื่น

   "พระเยซูตายบนไม้กางเขนเพื่อช่วยเราให้กลับมายังครอบครัวของพระเจ้า"

2. ผู้รับใช้มีหัวใจถ่อม
3. ผู้รับใช้เชื่อฟังเจ้านายของพวกเขา

   "พระเยซูเชื่อฟังพระบิดา เราต้องเชื่อฟังพระผู้เป็นเจ้านายของเรา"

"พระเยซูทรงช่วยเราโดยการตายบนไม้กางเขนเพื่อความบาปของเรา พระองค์ทรงถ่อมพระองค์เองและแสวงหาที่จะเชื่อฟังพระบิดาเสมอ พระเยซูทรงเป็นผู้รับใช้และมีชีวิตอยู่ภายในเรา เมื่อเราทำตามอย่างพระองค์ เราจะเป็นผู้รับใช้ด้วย เราจะช่วยคนอื่น มีหัวใจถ่อม และเชื่อฟังเจ้านายของเรา คือ พระเยซู"

ใครมีสิทธิอำนาจสูงสุดในโลก?

มัทธิว 28:18 พระเยซูทรงเข้ามาหาพวกเขาและตรัสว่า "สิทธิอำนาจทั้งสิ้นในสวรรค์และในแผ่นดินโลกทรงมอบไว้แก่เราแล้ว

"พระเยซูทรงเป็นผู้มีสิทธิอำนาจสูงสุดในสวรรค์และแผ่นดินโลก พระองค์ทรงมีสิทธิอำนาจยิ่งกว่าพ่อแม่ ครูอาจารย์ และเจ้าหน้าที่รัฐบาล แท้ที่จริงแล้วพระองค์ทรงมีสิทธิและอำนาจยิ่งกว่าทุกคนบนโลกรวมกัน เพราะว่าพระองค์มีสิทธิอำนาจสูงสุด เมื่อพระองค์ทรงบัญชาเรา เราจึงควรเชื่อฟังพระองค์ก่อนใคร"

พระบัญชาสี่อย่างที่พระเยซูทรงให้แก่ผู้เชื่อทุกคนคืออะไร?

มัทธิว 28: 19-20ก ดังนั้นจงไปสร้างสาวกจากมวลประชาชาติ ให้เขารับบัพติศมาในพระนามของพระบิดา พระบุตร และพระวิญญาณบริสุทธิ์ สอนเขาให้เชื่อฟังทุกสิ่งที่เราสั่งพวกท่านไว้...

จงออกไป

✋ ใช้นิ้วทำท่าเหมือนกำลังเดินไปข้างหน้า

สร้างสาวก

✋ ใช้สัญญาณมือทั้งสี่จากการนมัสการแบบง่าย คือ การสรรเสริญ การอธิษฐาน การอบรมภาคความรู้ การอบรมภาคปฏิบัติ

ให้พวกเขารับบัพติศมา

✋ เอามือข้างหนึ่งจับที่ข้อศอกของแขนอีกข้างหนึ่ง แล้วยกข้อศอกขึ้นลงเหมือนกับคนกำลังรับบัพติศมา

สอนพวกเขาให้เชื่อฟังพระบัญชาของพระองค์

✋ หงายฝ่ามือเข้าไว้ด้วยกันเหมือนกับว่าท่านกำลังอ่านหนังสือ แล้วเคลื่อน "หนังสือ" เข้ามาและออกไปข้างหน้าจากซ้ายไปขวาเหมือนกับว่าท่านกำลังสอนผู้คนอยู่

เราควรเชื่อฟังพระเยซูอย่างไร?

"ผม/ฉันอยากแบ่งปันสามเรื่องที่เป็นภาพอธิบายถึงลักษณะของการเชื่อฟังที่พระเจ้าทรงปรารถนาจากเรา ขอให้ตั้งใจฟังเพื่อคุณจะสามารถทบทวนซ้ำได้ เมื่อคุณสอนบทเรียนให้กับคู่ของคุณในอีกสองสามนาทีข้างหน้า"

ทุกเวลา

"ลูกชายคนหนึ่งบอกกับพ่อของเขาว่าเขาจะเชื่อฟังพ่อทุกๆ เดือนยกเว้นเดือนเดียว ในเดือนนั้น เขาจะทำอะไรก็ได้ที่เขาชอบ (ดื่มเหล้า ไม่ไปโรงเรียน ฯลฯ) คุณคิดว่าพ่อจะพูดว่ายังไง?"

"เด็กชายคนเดียวกันบอกพ่อของเขาว่า "ผมจะเชื่อฟังพ่อทุกสัปดาห์ยกเว้นหนึ่งสัปดาห์ที่ผมจะทำอะไรก็ได้ที่ผมอยากทำ" (ติดยาเสพติด หนีออกจากบ้าน ฯลฯ) คุณคิดว่าพ่อจะพูดว่ายังไง?"

"แล้วเด็กผู้ชายก็พูดว่า "ผมจะเชื่อฟังพ่อทุกวันยกเว้นหนึ่งวัน ในวันนั้นผมจะทำอะไรก็ได้อย่างที่ผมต้องการ (แต่งงาน ฆ่าใครบางคน ฯลฯ) คุณคิดว่าพ่อจะ

พูดว่ายังไง?"

"เราคาดหวังให้ลูกของเราเชื่อฟังเราทุกเวลา ในทำนองเดียวกัน เมื่อพระเยซูให้พระบัญชาไว้แก่เรา พระองค์ทรงคาดหวังให้เราเชื่อฟังพระองค์ทุกเวลา"

- ทุกเวลา
  🖐 เคลื่อนมือขวาจากด้านซ้ายไปด้านขวา

อย่างทันที

"มีเด็กหญิงคนหนึ่งที่รักแม่ของเธอมาก แม่ของเธอป่วยหนักและใกล้จะตาย ผู้เป็นแม่ขอลูกสาวว่า "ขอน้ำให้แม่ดื่มหน่อยลูก..." ลูกสาวบอกว่า "ได้ค่ะแม่... (แล้วหยุดสักครู่) อาทิตย์หน้าก็แล้วกันนะคะ" คุณคิดว่าผู้เป็นแม่จะพูดว่ายังไง?"

"เราคาดหวังให้ลูกของเราเชื่อฟังเราทันที ไม่ใช่ตามความสะดวกของพวกเขา ในทำนองเดียวกัน เมื่อพระเยซูทรงให้พระบัญชาแก่เรา พระองค์คาดหวังให้เราเชื่อฟังพระองค์ทันที ไม่ใช่บางเวลาในวันข้างหน้า"

- อย่างทันที
  🖐 ทำมือเคลื่อนจากด้านบนลงสู่ด้านล่างเหมือนกับไหลลื่นลงอย่างรวดเร็ว

จากหัวใจแห่งรัก

"มีชายหนุ่มคนหนึ่งที่ต้องการแต่งงาน ผม/ฉันบอกเขาว่าผม/ฉันจะสร้างหุ่นยนต์ตัวหนึ่งที่จะเชื่อฟังคำสั่งของเขาทุกอย่าง เมื่อเขากลับจากที่ทำงานมาที่บ้าน หุ่นยนต์จะพูดว่า "ฉันรักเธอมากจริงๆ เธอช่างเป็นคนที่ขยันทำงานอะไรเช่นนี้" ถ้าเขาขอให้ภรรยาหุ่นยนต์ทำอะไรก็ตาม เธอจะพูดว่า "ได้ค่ะที่รัก คุณเป็นคนที่ยอดเยี่ยมที่สุดในโลก" คุณคิดว่าเพื่อนของผม/ฉันจะคิดยังไงกับ

ภรรยาแบบนี้?" (ขอให้ท่านทำท่าแบบหุ่นยนต์เมื่อท่านพูดอย่างที่หุ่นยนต์พูด)"

"เราต้องการความรักที่มาจากหัวใจที่ไม่เสแสร้าง ไม่ใช่จากโปรแกรมหุ่นยนต์ที่ตั้งไว้ เราต้องการความรักที่แท้จริง ในทำนองเดียวกัน พระเจ้าต้องการให้เราเชื่อฟังด้วยหัวใจแห่งความรัก"

จากหัวใจรัก

ไขว้มือทั้งสองข้างที่หน้าอกแล้วยกมือสรรเสริญพระเจ้า

- ทบทวนการทำสัญญาณมือสามแบบหลายๆ รอบ "พระเยซูต้องการให้เราเชื่อฟังพระองค์ทุกเวลา เชื่อฟังอย่างทันที เชื่อฟังจากหัวใจแห่งรัก"

"พระเยซูได้ให้พระบัญชาแก่ผู้เชื่อทุกคนสี่อย่าง เราควรจะเชื่อฟังพระองค์อย่างไร?"

พระองค์สั่งให้เราออกไป

ใช้นิ้วทำท่า "กำลังเดิน" ไปข้างหน้า

เราควรจะเชื่อฟังอย่างไร?

"ทุกเวลา อย่างทันที และจากหัวใจรัก"

พระองค์สั่งให้เราสร้างสาวก

ทำสัญญาณมือทั้งสี่แบบจากการนมัสการแบบง่าย คือการสรรเสริญ การอธิษฐาน การอบรมภาคความรู้ และการอบรมภาคปฏิบัติ

เราควรเชื่อฟังพระองค์อย่างไร

"ทุกเวลา อย่างทันที และจากหัวใจแห่งรัก"

พระองค์สั่งเราให้บัพติศมา

การสร้างสาวกที่สร้างต่อได้

✋ เอามือข้างหนึ่งจับที่ข้อศอกอีกข้างหนึ่ง แล้วเคลื่อนข้อศอกขึ้นลงเหมือนใครบางคนกำลังรับบัพติศมา

เราควรเชื่อฟังพระองค์อย่างไร

"ทุกเวลา อย่างทันที และจากหัวใจแห่งรัก"

พระองค์สั่งเราให้สอนพวกเขาให้เชื่อฟังคำสั่งของพระองค์

✋ เอามือสองข้างหงายชิดกันเหมือนกับว่าท่านกำลังอ่านหนังสือเล่มหนึ่งแล้วเคลื่อน "หนังสือ" ไปด้านหลังและข้างหน้าในลักษณะของครึ่งวงกลมเหมือนท่านกำลังสอนคนอยู่

เราควรเชื่อฟังพระองค์อย่างไร

"ทุกเวลา อย่างทันที และจากหัวใจแห่งรัก"

พระเยซูทรงสัญญาสิ่งใดไว้กับผู้เชื่อทุกคน?

มัทธิว 28:20ข และแน่นอนเราจะอยู่กับท่านทั้งหลายเสมอไปตราบจนสิ้นยุค

"พระเยซูทรงอยู่กับเราเสมอ พระองค์ทรงอยู่กับเราที่นี่ เวลานี้"

ข้อพระคัมภีร์ท่องจำ

ยอห์น 15:10 ถ้าพวกท่านเชื่อฟังคำบัญชาของเราพวกท่านก็จะคงอยู่ในความรักของเราดังที่เราได้เชื่อฟังพระบัญชาของพระบิดาของเราและคงอยู่ในความรักของพระองค์

- ให้ทุกคนยืนขึ้นและท่องข้อพระคัมภีร์สิบรอบพร้อมกัน โดยหกครั้งแรกผู้เข้าอบรมสามารถดูจากพระคัมภีร์หรือบันทึกของตัวเองได้ และในสี่ครั้ง

สุดท้ายให้ทุกคนท่องจากความจำ ผู้เข้าอบรมควรท่องชื่อและข้อของพระคัมภีร์ก่อนที่จะท่องเนื้อหาในแต่ละครั้งและใครเสร็จแล้วก็ให้นั่งลงได้

- สิ่งนี้จะช่วยให้ผู้อบรมรู้ว่าใครที่ผ่านบทเรียนในชั่วโมง "การอบรมภาคปฏิบัติ" แล้วบ้าง

การอบรมภาคปฏิบัติ

- ในชั่วโมงเรียนขอให้ผู้เข้าอบรมนั่งหันหน้าเข้าหาคู่อธิษฐาน โดยให้สลับกันสอนบทเรียน

    "ให้คนที่สูงที่สุดของแต่ละคู่เป็นผู้นำ"

- ทำตามขั้นตอนการอบรมผู้อบรม

- เน้นย้ำว่าท่านต้องการให้พวกเขาสอนทุกสิ่งในชั่วโมง "การอบรมภาคความรู้" ด้วยวิธีการที่ท่านทำ

    "ขอให้คุณถามคำถาม อ่านข้อพระคัมภีร์ด้วยกัน และตอบคำถามด้วยวิธีการอย่างเดียวกันกับที่ผม/ฉันทำร่วมกับคุณ"

- หลังจากผู้เข้าอบรมได้ฝึกอบรมซึ่งกันและกันแล้ว ขอให้พวกเขาหาคู่ใหม่และฝึกปฏิบัติสิ่งเดียวกันกับคู่ใหม่อีกครั้ง ขอให้ผู้เข้าอบรมคิดถึงคนที่พวกเขาจะแบ่งปันบทเรียนนี้หลังจากการอบรมแล้ว

    "ขอให้คุณใช้เวลาสักครู่เพื่อคิดถึงผู้ที่คุณสามารถฝึกอบรมหลังการฝึกอบรมครั้งนี้ ขอให้คุณเขียนรายชื่อบุคคลนั้นที่ด้านบนของหน้ากระดาษบทเรียน"

จบบทเรียน

สร้างบนรากฐานแห่งความจริง ๙

- ขออาสาสมัครสามคนออกมาแสดงบทบาทสมมติ โดยให้สองคนเป็นผู้แสดง และอีกหนึ่งคนเป็นผู้บรรยาย จัดให้ผู้แสดงสองคนยืนข้างหน้าท่าน และให้ผู้บรรยายยืนด้านข้าง ผู้แสดงทั้งสองคนควรเป็นผู้ชาย

- ขอให้ผู้บรรยายอ่าน มัทธิว 7:24-25

  "คนฉลาดสร้างบ้านไว้บนศิลา"

  มัทธิว 7:24-25 ฉะนั้นทุกคนที่ได้ยินคำเหล่านี้ของเราและนำไปปฏิบัติก็เป็นเหมือนคนฉลาดที่สร้างบ้านของตนบนศิลาถึงฝนตก กระแสน้ำท่วมท้นขึ้นมาและลมพัดกระหน่ำบ้านนั้น แต่บ้านก็ไม่ได้พังลงเพราะมีฐานรากอยู่บนศิลา

- หลังจากผู้บรรยายอ่านข้อความพระคัมภีร์แล้ว ให้อธิบายถึงสิ่งที่เกิดขึ้นกับคนฉลาด ขอให้ทำเสียงลมพายุและเทน้ำบนศีรษะของอาสาสมัครคนแรก

- ซ่อนขวดน้ำไว้ใกล้ตัวก่อนที่จะมีการแสดง

- ขอให้ผู้บรรยายอ่าน มัทธิว 7:26-27

"คนโง่สร้างบ้านไว้บนดินทราย"

มัทธิว 7:26-27 ส่วนผู้ที่ได้ยินคำเหล่านี้ของเราแต่ไม่ได้นำไปปฏิบัติก็เป็นเหมือนคนโง่ที่สร้างบ้านของตนบนทรายเมื่อฝนตก กระแสน้ำท่วมท้นขึ้นมาและลมพัดกระหน่ำบ้านนั้นก็พังทลายลง

- หลังจากผู้บรรยายอ่านจบแล้ว ให้อธิบายถึงสิ่งที่เกิดขึ้นกับคนโง่ ขอให้ทำเสียงลมพายุและเทน้ำบนศีรษะของอาสาสมัครคนที่สอง ให้เขาล้มลงตอนจบการแสดงเมื่อท่านพูดว่า "และบ้านนั้นก็พังทลายลง"

"เมื่อเราเชื่อฟังคำสั่งของพระเยซู เราเป็นเหมือนคนฉลาด เมื่อเราไม่เชื่อฟัง เราก็เป็นเหมือนคนโง่ เราต้องตรวจสอบให้แน่ใจว่าคนที่เรากำลังฝึกอบรมนั้นมีชีวิตที่เชื่อฟังคำสั่งของพระเยซู พระวจนะของพระองค์เป็นรากฐานที่มั่นคงในยามยากลำบากในชีวิต"

แผนที่กิจการบทที่ 29 – ส่วนที่ 1 ൡ

- หลังจากการแสดงเรื่อง"รากฐานที่แท้จริง" แล้วให้แจกกระดาษโปสเตอร์หนึ่งชิ้น กระดาษเปล่า ปากกา ดินสอ ดินสอระบายสี สีเทียนป้ายสัญลักษณ์ ฯลฯ ให้กับผู้เข้าอบรมแต่ละคน

- อธิบายว่าทุกคนจะต้องทำแผนที่สถานที่ที่พระเจ้าทรงเรียกให้เขาหรือเธอไป มีเวลาหลายครั้งในระหว่างการอบรมที่พวกเขาจะได้ทำแผนที่นี้ พวกเขาสามารถทำเพิ่มเติมได้ในเวลาเย็นด้วยเช่นกัน แผนที่นี้เป็นสัญลักษณ์ของการเชื่อฟังคำสั่งของพระเยซูที่บอกว่า "จงออกไปทั่วโลก"

- ขอให้ผู้เข้าอบรมวาดแผนที่สถานที่ที่พระเจ้าทรงเรียกให้เขาหรือเธอไป แผนที่ของพวกเขาควรประกอบไปด้วยถนน แม่น้ำ ภูเขา สถานที่ที่เป็นจุดสังเกตฯลฯ หากผู้เข้าอบรมไม่ทราบว่าพระเจ้ากำลังเรียกให้พวกเขาไปไหน ขอให้คุณหนุนใจให้เขาวาดแผนที่ที่อยู่ ที่ทำงานของเขา และที่อยู่ของคนที่มีความสำคัญต่อพวกเขา นี่ก็เป็นจุดเริ่มต้นที่ดี

บางสัญลักษณ์ที่อาจอยู่ในแผนที่

บ้าน

โรงพยาบาล/คลินิก

วัด

คริสตจักร

คริสตจักรตามบ้าน

กองทัพทหาร

สุเหร่า

โรงเรียน

ตลาด

ผู้เข้าอบรมจะทำแผนที่ได้ดีกว่าเมื่อพวกเขา...

- ร่างภาพก่อนแล้วค่อยลอกลงในกระดาษเปล่าทีหลัง

- หาแนวคิดใหม่ๆ โดยการลุกขึ้นเดินไปดูว่าคนอื่นๆ กำลังทำอะไรกับแผนที่ของเขาบ้าง

- เข้าใจว่าพวกเขาจะต้องนำเสนอแผนที่ให้กับกลุ่มในช่วงจบการอบรม

- ใช้สีเทียนและดินสอสีระบายเพื่อให้แผนที่มีสีสันมากขึ้น

6

การดำเนินชีวิต

การดำเนินชีวิต แนะนำให้ผู้เข้าอบรมรู้จักพระเยซูในฐานะพระบุตร บุตรชาย/บุตรสาวย่อมให้เกียรติบิดาของเขา/เธอ ปรารถนาความสามัคคี และต้องการให้ครอบครัวประสบความสำเร็จ พระบิดาทรงเรียกพระเยซูว่าเป็น "บุตรที่รัก" และพระวิญญาณบริสุทธิ์ทรงเสด็จมาประทับเหนือพระเยซูเมื่อทรงรับบัพติศมา พระเยซูทรงประสบความสำเร็จในการทำพระราชกิจของพระองค์เพราะพระองค์ทรงพึ่งพาฤทธิ์อำนาจของพระวิญญาณบริสุทธิ์

ในทำนองเดียวกัน เราต้องพึ่งพาฤทธิ์อำนาจของพระวิญญาณบริสุทธิ์ในชีวิตของเรา เรามีพระบัญชาสี่อย่างให้เชื่อฟังเนื่องด้วยพระวิญญาณบริสุทธิ์ คือ ดำเนินในพระวิญญาณ อย่าทำให้พระวิญญาณทรงเสียพระทัย จงประกอบด้วยพระวิญญาณ และอย่าดับพระวิญญาณ พระเยซูทรงอยู่กับเราวันนี้และทรงต้องการช่วยเราเหมือนกับที่ทรงช่วยประชาชนบนถนนไปสู่กาลิลี เราสามารถเรียกหาพระเยซูเมื่อเราจำเป็นต้องได้รับการรักษาจากบางสิ่งที่หยุดยั้งเราจากการติดตามพระองค์

นมัสการ

- ขอใครสักคนอธิษฐานขอการทรงสถิตและการอวยพรจากพระเจ้า

- ร้องเพลงนมัสการร่วมกันสองเพลง

อธิษฐาน

- ให้ผู้เข้าอบรมจับคู่กับคนที่พวกเขาไม่เคยจับคู่ด้วยมาก่อน

- ให้ผู้เข้าอบรมแต่ละคนแบ่งปันคำตอบของคำถามต่อไปนี้กับคู่ของตน

    1. เราจะอธิษฐานเผื่อคนที่หลงหายที่คุณรู้จักอย่างไร?

    2. เราจะอธิษฐานเผื่อกลุ่มที่คุณกำลังฝึกอบรมอยู่อย่างไร?

- ถ้าหากคู่ของใครยังไม่ได้เริ่มต้นฝึกอบรมคนอื่น อธิษฐานขอให้มีคนที่มีศักยภาพในแวดวงของพวกเขาเพื่อพวกเขาจะฝึกอบรมให้กับคนเหล่านั้นได้

- แล้วให้แต่ละคู่อธิษฐานเผื่อซึ่งกันและกัน

การอบรมภาคความรู้

ไม่มีน้ำมัน ๙

"คุณจะคิดยังไงถ้าหากผม/ฉันขี่มอเตอร์ไซค์ไปทุกหนทุกแห่งแต่ไม่เคยเติมน้ำมันเลย?"

- ขออาสาสมัครหนึ่งคนแสดงเป็น"รถมอเตอร์ไซค์" ขอท่าน จูงมอเตอร์ไซค์ของท่านไปทำงาน ไปโรงเรียน ไปตลาด และไปหาเพื่อน พอมาถึงบ้านเพื่อนของท่าน พวกเขาก็ขอนั่ง "รถมอเตอร์ไซค์" ไปกับท่าน ท่านก็ให้พวกเขามาด้วยและจูงมอเตอร์ไซค์ไปด้วยกัน แสดงให้เห็นว่ามันลำบากมากมายขนาดไหน

การดำเนินชีวิต 101

"มันคงจะไม่ลำบากขนาดนี้หากคุณเติมน้ำมันรถมอเตอร์ไซค์ของคุณ แล้วคุณจะทำสิ่งเหล่านี้ได้ง่ายกว่านี้จริงๆ"

- บิดลูกกุญแจแล้วสตาร์ทรถ "มอเตอร์ไซค์" ของท่าน และทำเสียงรถมอเตอร์ไซค์ด้วย

- ท่านอาจต้องจอดและ "ซ่อม" รถมอเตอร์ไซค์ หลายครั้ง ถ้ามอเตอร์ไซค์หยุดทำเสียง ทำทุกอย่างเหมือนที่ท่านได้ทำก่อนหน้านี้ แต่ครั้งนี้ใช้ความพยายามน้อยกว่าเพราะท่านไม่ต้องจูงมอเตอร์ไซค์ เมื่อเพื่อนของท่านขอไปด้วย ก็ให้พวกเขาขึ้นมานั่งและบอกว่า "ไม่มีปัญหา คราวนี้ผม/ฉันมีน้ำมันเต็มถังแล้ว"

"รถจักรยานยนต์เป็นเหมือนชีวิตฝ่ายวิญญาณของเรา คนมากมาย "จูง" ชีวิตฝ่ายวิญญาณของพวกเขาไปรอบๆ พึ่งอาศัยกำลังของตัวเอง ผลที่ได้คือ การดำเนินชีวิตคริสเตียนของพวกเขาเป็นสิ่งที่ยากลำบาก และพวกเขาต้องการเลิกล้ม ส่วนคนอื่นๆ ได้ค้นพบฤทธิ์อำนาจของพระวิญญาณบริสุทธิ์ในชีวิตของพวกเขา พระองค์เป็นเหมือนน้ำมันในรถมอเตอร์ไซค์ พระวิญญาณบริสุทธิ์ประทานฤทธิ์อำนาจที่เราต้องการ เพื่อให้เราทำทุกสิ่งที่พระเยซูทรงสั่งให้เราทำ"

ทบทวน

การทบทวนในแต่ละชั่วโมงเรียนจะเหมือนกัน ขอให้ผู้เข้าอบรมยืนขึ้นและท่องจำสิ่งที่พวกเขาได้เรียนมาแล้วในบทก่อนหน้า ตรวจดูให้แน่ใจว่าพวกเขาทำสัญญาณมือด้วย

ภาพทั้งแปดภาพที่ช่วยให้เราทำตามแบบอย่างพระเยซูมีอะไรบ้าง?
"ทหาร ผู้แสวงหา ผู้เลี้ยง ผู้หว่าน พระบุตร ผู้บริสุทธิ์ ผู้รับใช้ ผู้อารักขา"

การทวีคูณ

สามสิ่งที่ผู้อารักขาทำมีอะไรบ้าง?

พระบัญชาแรกที่พระเจ้าให้ไว้กับมนุษย์คืออะไร?

พระบัญชาสุดท้ายที่พระเยซูให้ไว้กับมนุษย์คืออะไร?

ข้าพเจ้าจะเกิดผลและทวีคูณได้อย่างไร?

ทะเลสาบสองแห่งในอิสราเอลชื่ออะไรบ้าง?

ทำไมทะเลสาบทั้งสองแห่งจึงมีความแตกต่างกันมาก?

ท่านอยากเป็นเหมือนทะเลสาบแห่งใด?

การรัก

สามสิ่งที่ผู้เลี้ยงทำมีอะไรบ้าง?

พระบัญชาที่สำคัญที่สุดที่เราควรสอนคนอื่นคืออะไร?

ความรักมาจากที่ใด?

การนมัสการแบบง่ายคืออะไร?

ทำไมเราจึงต้องมีการนมัสการแบบง่าย?

การนมัสการแบบง่ายจำเป็นต้องใช้คนจำนวนเท่าใด?

การอธิษฐาน

สามสิ่งที่ผู้ชอบธรรมทำมีอะไรบ้าง?

เราควรอธิษฐานอย่างไร?

พระเจ้าตอบคำอธิษฐานของเราอย่างไรบ้าง?

เบอร์โทรศัพท์ของพระเจ้าคืออะไร?

การเชื่อฟัง

สามสิ่งที่ผู้รับใช้ทำมีอะไรบ้าง?

ใครคือผู้มีสิทธิอำนาจสูงสุด?

คำสั่งสี่อย่างที่พระเยซูทรงให้แก่ผู้เชื่อทุกคนมีอะไรบ้าง?

เราควรเชื่อฟังพระเยซูอย่างไร?

พระเยซูทรงสัญญาสิ่งใดไว้กับเรา?

การดำเนินชีวิต 103

พระเยซูทรงมีพระลักษณะอย่างไร?

มัทธิว 3:16-17 เมื่อพระเยซูทรงรับบัพติศมาแล้ว ทันทีที่พระองค์เสด็จขึ้นจากน้ำ ฟ้าสวรรค์ก็เปิดออกและพระองค์ทรงเห็นพระวิญญาณของพระเจ้าดุจนกพิราบลงมาประทับอยู่กับพระองค์ และมีพระสุรเสียงตรัสจากฟ้าสวรรค์ว่า "นี่เป็นลูกของเรา ผู้ที่เรารัก เราพอใจเขายิ่งนัก"

"พระเยซูทรงเป็นพระบุตร คำว่า "บุตรมนุษย์" เป็นคำอธิบายถึงพระองค์เองที่พระเยซูทรงชอบใช้ พระองค์ทรงเป็นผู้แรกที่เรียกพระเจ้าแห่งนิรันดร์กาลว่า "พระบิดา" เหตุเพราะการเป็นขึ้นมาจากความตายของพระองค์ เวลานี้เราจึงสามารถเป็นสมาชิกในครอบครัวของพระเจ้าได้ด้วยเช่นกัน"

บุตรชาย/บุตรสาว
✋ เอามือมาที่ปาก ทำท่าเหมือนกับว่าท่านกำลังทานอาหาร บุตรทั้งหลายก็ทานเยอะมาก!

สามสิ่งที่พระบุตรทรงกระทำ?

ยอห์น 17: 4, 18-21 (พระเยซูตรัสว่า) ข้าพระองค์ได้ถวายเกียรติสิริแด่พระองค์ในโลกโดยกระทำกิจที่พระองค์ทรงมอบหมายให้แก่ข้าพระองค์จนสำเร็จครบถ้วน ข้าพระองค์ได้ส่งพวกเขาเข้าไปในโลกเหมือนที่พระองค์ส่งข้าพระองค์เข้ามาในโลก เพราะพวกเขา ข้าพระองค์จึงชำระตนให้บริสุทธิ์ เพื่อพวกเขาจะได้รับการชำระให้บริสุทธิ์อย่างแท้จริงด้วย ข้าพระองค์มิได้อธิษฐานเผื่อคนเหล่านี้พวกเดียว แต่เพื่อคนทั้งปวงที่วางใจในข้าพระองค์เพราะถ้อยคำของเขา เพื่อเขาทั้งหลายจะได้เป็นอันหนึ่งอันเดียวกัน ดังที่พระองค์ คือพระบิดาทรงสถิตในข้าพระองค์ และข้าพระองค์ในพระองค์ เพื่อให้เขาเป็นอันหนึ่งอันเดียวกันกับพระองค์และกับข้าพระองค์ด้วย เพื่อโลกจะได้เชื่อว่าพระองค์ทรงใช้ข้าพระองค์มา

การสร้างสาวกที่สร้างต่อได้

1. บุตรทั้งหลายให้เกียรติบิดาของพวกเขา

    พระเยซูถวายเกียรติสิริแด่พระบิดาในขณะที่พระองค์ทรงอยู่บนโลก

2. บุตรทั้งหลายต้องการความเป็นน้ำหนึ่งใจเดียวกันในครอบครัว

    พระเยซูต้องการให้ผู้ที่ติดตามพระองค์เป็นหนึ่งเดียวกัน เหมือนอย่างที่พระองค์และพระบิดาทรงเป็นหนึ่งเดียวกัน

3. บุตรทั้งหลายต้องการให้ครอบครัวประสบความสำเร็จ

    เหมือนดั่งที่พระเจ้าทรงส่งพระเยซูมาในโลกเพื่อให้ประสบความสำเร็จ พระเยซูทรงส่งเราไปเพื่อให้ประสบความสำเร็จด้วย

"พระเยซูทรงเป็นพระบุตรและพระองค์ทรงอยู่ภายในเรา เมื่อเราติดตามพระองค์ เราจะเป็นบรรดาบุตรชายและบุตรสาว เราจะให้เกียรติแด่พระบิดาในสวรรค์ของเรา ปรารถนาที่จะเป็นน้ำหนึ่งใจเดียวกันในครอบครัวของพระเจ้า และทำงานเพื่อความสำเร็จของอาณาจักรของพระเจ้า"

ทำไมพระราชกิจของพระเยซูจึงประสบความสำเร็จ?

ลูกา 4: 14 (หลังการทดลอง) พระเยซูเสด็จกลับไปยังแคว้นกาลิลี ทรงเปี่ยมด้วยฤทธิ์อำนาจของพระวิญญาณ และกิตติศัพท์ของพระองค์เลื่องลือไปทั่วแถบนั้น

"พระวิญญาณบริสุทธิ์ทรงประทานฤทธิ์อำนาจแก่พระเยซูเพื่อให้ประสบความสำเร็จ พระเยซูทรงรับใช้ด้วยฤทธิ์อำนาจของพระวิญญาณ ไม่ใช่ด้วยกำลังของพระองค์เอง เมื่อเราทำตามอย่างพระเยซู เราลอกเลียนวิธีการรับใช้ของพระองค์ พระเยซูทรงพึ่งพาพระวิญญาณบริสุทธิ์อยู่เรื่อยไป ถ้าหากพระเยซู ยังต้องพึ่งพาพระวิญญาณบริสุทธิ์แล้วเราจะยิ่งต้องพึ่งพาพระวิญญาณสักเพียงใด!"

พระเยซูทรงสัญญาสิ่งใดต่อผู้เชื่อเกี่ยวกับพระวิญญาณบริสุทธิ์ก่อนที่จะเสด็จสู่กางเขน?

> ยอห์น 14:16-18 และเราจะทูลขอต่อพระบิดาและพระองค์จะประทานที่ปรึกษาอีกองค์หนึ่งให้มาอยู่กับพวกท่านตลอดนิรันดร์คือองค์พระวิญญาณแห่งความจริง โลกไม่อาจรับพระองค์ เพราะโลกไม่เห็นและไม่รู้จักพระองค์ แต่ท่านทั้งหลายรู้จักพระองค์เพราะพระองค์ทรงดำรงอยู่กับพวกท่านและจะอยู่ในพวกท่าน เราจะไม่ทิ้งพวกท่านให้เป็นลูกกำพร้า เราจะมาหาพวกท่าน

1. พระองค์จะทรงประทานพระวิญญาณบริสุทธิ์ให้แก่เรา
2. พระวิญญาณบริสุทธิ์จะอยู่กับเราชั่วนิรันดร์
3. พระวิญญาณบริสุทธิ์จะสถิตอยู่ในเรา
4. เราจะเป็นสมาชิกในครอบครัวของพระองค์เสมอ

"เราเป็นสมาชิกในครอบครัวของพระองค์เพราะพระวิญญาณบริสุทธิ์ทรงอยู่ภายในเรา"

พระเยซูทรงสัญญาสิ่งใดต่อผู้เชื่อเกี่ยวกับพระวิญญาณบริสุทธิ์หลังจากที่ทรงเป็นขึ้นจากความตาย?

> กิจการ 1:8 แต่ท่านทั้งหลายจะได้รับฤทธิ์อำนาจ เมื่อพระวิญญาณบริสุทธิ์เสด็จมาเหนือพวกท่าน และพวกท่านจะเป็นพยานฝ่ายเราในกรุงเยรูซาเล็มและทั่วแคว้นยูเดียกับสะมาเรียจนถึงสุดปลายแผ่นดินโลก

"พระวิญญาณบริสุทธิ์จะประทานฤทธิ์อำนาจให้แก่เราเมื่อพระองค์ไปกับเรา"

พระบัญชาสื่ออย่างที่ให้เราเชื่อฟังเกี่ยวกับพระวิญญาณบริสุทธิ์ ได้แก่อะไรบ้าง?

กาลาเทีย 5:16 ดังนั้นข้าพเจ้าขอบอกว่าจงดำเนินชีวิตตามพระวิญญาณ แล้วท่านจะไม่สนองตัณหาของวิสัยบาป

ดำเนินชีวิตโดยพระวิญญาณ

- เลือกอาสาสมัครคนหนึ่ง การจับคู่ควรเป็นชายกับชาย หรือ หญิงกับหญิง (ขอให้ใช้เพศเดียวกันจับคู่กันเสมอ เว้นแต่ในวัฒนธรรมนั้นผู้หญิงและผู้ชายสามารถแสดงบทบาทสมมตินี้ร่วมกันได้)

  "คู่ของผม/ฉัน และผม/ฉัน จะแสดงให้คุณได้เห็นความจริงเกี่ยวกับการดำเนินชีวิตไปกับพระวิญญาณของพระเจ้า ในการแสดงบทบาทสมมตินี้ ผม/ฉันเป็นตัวของผม/ฉันเอง และคู่ของผม/ฉันคือพระวิญญาณบริสุทธิ์ พระคัมภีร์บอกว่า จงดำเนินโดยพระวิญญาณ"

- ทำการสาธิต "การดำเนินชีวิตโดยพระวิญญาณ" ร่วมกันกับคู่ของท่าน โดยให้คู่ของท่านเป็นพระวิญญาณบริสุทธิ์ ท่านและคู่ของท่านเดินไปด้วยกัน จับมือกัน ไหล่ชนไหล่ และพูดคุยกันไป เมื่อพระวิญญาณบริสุทธิ์ทรงต้องการให้ไปบางที่ก็ไปกับพระองค์ บางครั้งท่านพยายามจะเดินออกไปจากที่ที่พระวิญญาณทรงกำลังเดินไป ให้จับมือและตัวติดกับคู่ของท่านไว้เสมอเพราะพระวิญญาณบริสุทธิ์ไม่เคยละทิ้งเรา ภาพที่ออกมาคือมีความลำบากมากเพราะพระองค์จะไปทางหนึ่งส่วนท่านก็จะไปอีกทางหนึ่ง

  "เราควรเดินไปในทางที่พระวิญญาณทรงปรารถนา ไม่ใช่ตัวเราปรารถนา บางครั้งเราต้องการไปตามทางของเราเอง ซึ่งเป็นสาเหตุที่ทำให้มีปัญหาฝ่ายวิญญาณและมีความขัดแย้งอย่างรุนแรงในหัวใจของเรา"

ดำเนินโดยพระวิญญาณ
✋ ใช้นิ้วมือของมือทั้งสองข้างทำท่า "เดิน"

⊕

เอเฟซัส 4:30 และอย่าทำให้พระวิญญาณบริสุทธิ์ของพระเจ้าเสียพระทัย โดยพระวิญญาณนี้ท่านได้รับการประทับตราแล้วสำหรับวันแห่งการทรงไถ่ให้รอด

อย่าทำให้พระวิญญาณเสียพระทัย

"พระคัมภีร์บอกว่า 'อย่าทำให้พระวิญญาณบริสุทธิ์เสียพระทัย' พระวิญญาณบริสุทธิ์ทรงมีความรู้สึก และเราสามารถทำให้พระองค์รู้สึกเศร้าได้"

- เดินไปรอบๆ พร้อมกันกับพระวิญญาณบริสุทธิ์ (คู่ของท่าน) และเริ่มพูดนินทาเกี่ยวกับใครบางคนในกลุ่ม เมื่อท่านทำสิ่งนี้ พระวิญญาณบริสุทธิ์เริ่มเสียพระทัย ท่านหาเรื่องทะเลาะวิวาทกับผู้เข้าอบรมคนอื่น และพระวิญญาณบริสุทธิ์ต้องเสียพระทัยอีกครั้ง

"จงใส่ใจในวิธีการดำเนินชีวิตของคุณ เพราะพระวิญญาณบริสุทธิ์ทรงอยู่ในคุณและสามารถเสียพระทัยได้ เราสามารถทำให้พระวิญญาณบริสุทธิ์รู้สึกเศร้าโดยสิ่งที่เราทำหรือพูดได้"

อย่าทำให้พระวิญญาณเสียพระทัย
✋ ลูบตาเหมือนกับว่าท่านกำลังร้องไห้แล้วส่ายศีรษะเป็นสัญญาณบอกว่า "ไม่"

⊕

> เอเฟซัส 5:18 และอย่าเมาเหล้าองุ่นซึ่งจะทำให้เสียคน แต่จงเปี่ยมด้วยพระวิญญาณ

จงเปี่ยมด้วยพระวิญญาณ

"พระคัมภีร์พูดว่า 'จงเปี่ยมด้วยพระวิญญาณ' หมายความว่าเราต้องการพระวิญญาณในทุกส่วนของชีวิตของเราและในทุกส่วนของแต่ละวัน"

"เมื่อเราต้อนรับพระคริสต์ เราก็รับทั้งหมดของพระวิญญาณบริสุทธิ์เท่าที่เราสามารถรับได้ในโลกนี้ มันเป็นไปไม่ได้ที่เราจะรับพระวิญญาณบริสุทธิ์มากกว่านี้ แต่อย่างไรก็ตามมันเป็นไปได้ที่พระวิญญาณบริสุทธิ์จะได้ "เรา" มากขึ้น! ในแต่ละวันเราเลือกได้ว่าจะให้พระองค์เติมเต็มชีวิตของเรามากแค่ไหน คำสั่งนี้คือเพื่อให้พระองค์เต็มล้นทุกส่วนในชีวิตของเรา"

> จงเปี่ยมด้วยพระวิญญาณ
> ✋ ใช้มือทั้งสองข้างทำท่าไหลขึ้นไปจากเท้าจนถึงศีรษะของท่าน

> 1 เธสะโลนิกา 5:19 อย่าดับไฟแห่งพระวิญญาณ

อย่าดับไฟแห่งพระวิญญาณ

"พระคัมภีร์บอกว่า 'อย่าดับไฟแห่งพระวิญญาณ' หมายความว่าเราไม่ควรพยายามหยุดการทำงานของพระองค์ในชีวิตของเรา"

- เดินไปรอบๆ กับพระวิญญาณบริสุทธิ์ (คู่ของท่าน) และบอกกลุ่มว่าพระวิญญาณบริสุทธิ์ทรงต้องการให้ท่านเป็นพยานกับผู้เข้าอบรมคนหนึ่ง ขอให้ท่านปฏิเสธที่จะเป็นพยาน หาข้อแก้ตัว และเดินไปตามทางของท่าน พระวิญญาณบริสุทธิ์ขอให้ท่านอธิษฐานเผื่อคนป่วย แต่ท่านปฏิเสธ หา

ข้อแก้ตัว และเดินไปอีกทาง

"เรามักจะขัดขวางงานพระเจ้าโดยการแก้ตัวและทำในสิ่งที่เราอยากทำแทนที่จะทำตามการทรงนำของพระวิญญาณบริสุทธิ์ เราสามารถดับไฟแห่งพระวิญญาณบริสุทธิ์ได้โดยสิ่งที่เราไม่ทำหรือไม่พูด มันเป็นเหมือนการพยายามดับไฟแห่งพระวิญญาณบริสุทธิ์ในชีวิตของเรา"

อย่าดับไฟแห่งพระวิญญาณ

🖐 ตั้งนิ้วชี้ขึ้นเป็นเหมือนเทียนไขเล่มหนึ่ง ทำท่าทางเหมือนว่าท่านกำลังพยายามเป่าให้มันดับ ส่ายศีรษะของท่านเป็นสัญญาณว่า "ไม่"

ข้อพระคัมภีร์ท่องจำ

ยอห์น 7:38 ดังที่พระคัมภีร์เขียนไว้ ผู้ใดก็ตามที่เชื่อในเรา สายธารซึ่งมีน้ำที่ให้ชีวิตจะไหลออกมาจากภายในผู้นั้น

- ให้ทุกคนยืนขึ้นและท่องข้อพระคัมภีร์สิบรอบพร้อมกัน โดยหกครั้งแรกให้ผู้เข้าอบรมดูจากพระคัมภีร์หรือบันทึกของตัวเอง และในสี่ครั้งสุดท้ายให้ทุกคนท่องจากความจำ ผู้เข้าอบรมควรท่องชื่อและข้อของพระคัมภีร์ก่อนที่จะท่องเนื้อหาในแต่ละครั้งและเมื่อเสร็จแล้วก็ให้นั่งลงได้

- สิ่งนี้จะช่วยให้ผู้อบรมรู้ว่าใครที่ผ่านบทเรียนในชั่วโมง "การอบรมภาคปฏิบัติ" แล้วบ้าง

การอบรมภาคปฏิบัติ

- ในชั่วโมงเรียนขอให้ผู้เข้าอบรมนั่งหันหน้าเข้าหาคู่อธิษฐาน โดยให้สลับกันสอนบทเรียน

110 *การสร้างสาวกที่สร้างต่อได้*

"ให้คนที่*มาจากที่ไกลที่สุด*ของแต่ละคู่เป็นผู้นำ"

- ทำตามขั้นตอนการอบรมผู้อบรม ในหน้า 23

- เน้นย้ำว่าท่านต้องการให้พวกเขาสอนทุกสิ่งในชั่วโมง "การอบรมภาคความรู้" ด้วยวิธีการที่ท่านทำ

  "ขอให้คุณถามคำถาม อ่านข้อพระคัมภีร์ด้วยกัน และตอบคำถามด้วยวิธีการอย่างเดียวกันกับที่ผม/ฉันทำร่วมกับคุณ"

- หลังจากผู้เข้าอบรมได้ฝึกอบรมซึ่งกันและกันแล้ว ขอให้พวกเขาหาคู่ใหม่และฝึกปฏิบัติสิ่งเดียวกันกับคู่ใหม่อีกครั้ง ขอให้ผู้เข้าอบรมคิดถึงใครบางคนที่พวกเขาจะแบ่งปันบทเรียนนี้หลังจากการอบรมแล้ว

  "ขอให้คุณใช้เวลาสักครู่เพื่อคิดถึงผู้ที่คุณสามารถฝึกอบรมหลังการฝึกอบรมครั้งนี้ ขอให้คุณเขียนรายชื่อบุคคลนั้นที่ด้านบนของหน้ากระดาษบทเรียน"

จบบทเรียน

นี่เป็นเวลาที่มีความหมายของพันธกิจรับใช้ ถ้าหากท่านมีเวลาจำกัด ขอให้ท่านเลื่อนช่วงนี้ไปทำตอนเริ่มบทเรียนครั้งหน้าหรือไม่ก็ทำในเวลาอื่นๆ ท่านอาจใช้ช่วงนี้ถ้าหากกลุ่มของท่านต้องการมีเวลาเข้าเฝ้าพระเจ้าตอนเย็นในตารางการสัมมนา

พระเยซูทรงอยู่ที่นี่ ๙๕

ฮีบรู 13: 8 พระเยซูคริสต์ทรงเป็นเหมือนเดิมเสมอ ทั้งเมื่อวานนี้ วันนี้และสืบไปนิรันดร์

มัทธิว 15: 30-31 ผู้คนมากมายมาเข้าเฝ้าพระองค์นำคนง่อย คนตาบอด

คนพิการ คนใบ้ และคนป่วยอื่นๆ หลายคนมาวางแทบพระบาทและพระองค์ก็ทรงรักษาพวกเขา ประชาชนล้วนประหลาดใจเมื่อเห็นคนใบ้พูดได้ คนพิการหายเป็นปกติ คนง่อยเดินได้ และคนตาบอดมองเห็น เขาทั้งหลายพากันสรรเสริญพระเจ้าแห่งอิสราเอล

ยอห์น 10:10 ขโมยนั้นมาเพียงเพื่อลัก ฆ่า และทำลาย เราได้มาเพื่อเขาทั้งหลายจะมีชีวิต และมีชีวิตอย่างครบบริบูรณ์

"ในฮีบรู 13:8 พระคัมภีร์พูดว่า พระเยซูทรงเป็นเหมือนเดิมเมื่อวานนี้ วันนี้และตลอดไป

ในมัทธิว 15:30 พระคัมภีร์พูดว่า พระเยซูทรงรักษาคนมากมายที่มีปัญหาแตกต่างกันหลายอย่าง

ในยอห์น 10:10 พระคัมภีร์พูดว่า ซาตานมาเพื่อฆ่า ขโมย และทำลาย แต่พระเยซูมาเพื่อให้ชีวิตที่ครบบริบูรณ์แก่เรา

แท้ที่จริงแล้ว เรารู้ว่าพระเยซูทรงอยู่ที่นี่กับเราเวลานี้ ถ้าหากมีด้านหนึ่งในชีวิตของคุณ ที่จำเป็นต้องได้รับการรักษา พระองค์ทรงต้องการรักษาคุณในตอนนี้ เหมือนกับที่ทรงทำในมัทธิว บทที่ 15 ซาตานต้องการฆ่าคุณและขโมยจากคุณ พระเยซูต้องการให้ชีวิตที่ครบบริบูรณ์แก่คุณ

คุณอาจสามารถเชื่อมโยงฝ่ายวิญญาณกับใครบางคนในมัทธิว 15:30 ก็ได้

การดำเนินชีวิตของคุณเข้มแข็งกับพระเยซู หรือซาตานได้ทำให้คุณเป็นง่อย?"

✋ เดินขากะเผลกไปรอบๆ

"พระเยซูทรงอยู่ที่นี่ ขอพระองค์ แล้วพระองค์จะทรงรักษาคุณเพื่อคุณจะดำเนินกับพระองค์ได้อีกครั้ง

คุณสามารถมองเห็นการทำงานของพระเจ้าได้ไหม หรือซาตานได้ปิดบังตาของคุณไว้ด้วยความท้อใจแล้ว?"

✋ เอามือปิดตาของท่านไว้

"พระเยซูทรงอยู่ที่นี่ ขอพระองค์ แล้วพระองค์จะรักษาคุณเพื่อคุณจะมองเห็นการทำงานของพระเจ้าได้อีกครั้ง

คุณกำลังแบ่งปันข่าวประเสริฐให้กับคนที่อยู่ล้อมรอบคุณอยู่ หรือคุณปิดปากเงียบ?"

✋ เอามือปิดปากของท่านไว้

"พระเยซูทรงอยู่ที่นี่ ขอพระองค์ และพระองค์จะรักษาคุณเพื่อคุณจะสามารถพูดเกี่ยวกับพระองค์ด้วยความกล้าหาญอีกครั้ง

คุณกำลังช่วยเหลือคนอื่น หรือซาตานได้ทำร้ายคุณจนคุณไม่สามารถให้ใครได้อีกแล้ว?"

✋ แบกแขนของท่านเหมือนกับว่ามันบาดเจ็บและเข้าเฝือกอยู่

"พระเยซูทรงอยู่ที่นี่ ขอพระองค์ และพระองค์จะรักษาคุณเพื่อคุณจะสามารถวางอดีตเอาไว้เบื้องหลังและดำเนินชีวิตกับพระองค์ได้อีกครั้ง

คุณมีปัญหาอะไรในชีวิตที่ขวางกั้นคุณจากการติดตามพระเยซูด้วยสุดหัวใจไหม?

ไม่ว่าความเจ็บปวดของคุณคืออะไร พระเยซูทรงอยู่ที่นี่เวลานี้และทรงสามารถรักษาคุณได้ ขอให้คุณเรียกร้องหาพระเยซู ยอมให้พระองค์รักษาคุณ และถวายพระเกียรติสิริอันยิ่งใหญ่แด่พระเจ้า!"

- ขอให้จับคู่เดิมอธิษฐานเผื่อกันและกัน ทูลขอให้พระเยซูทรงรักษาพวกเขาจากสิ่งใดๆ ที่ขวางกั้นพวกเขาจากการติดตามพระองค์ด้วยสุดหัวใจ

7
การออกไป

การออกไป แนะนำพระเยซูในฐานะผู้แสวงหา ผู้แสวงหาค้นหาสถานที่ใหม่ๆ ค้นหาคนที่หลงหาย และโอกาสใหม่ๆ พระเยซูทรงมีเกณฑ์ในการตัดสินใจอย่างไรว่าจะไปรับใช้ที่ไหน? พระองค์ไม่ได้ตัดสินใจด้วยลำพังตัวของพระองค์เอง พระองค์ทรงมองดูว่าพระเจ้าทรงกำลังทำงานอยู่ที่ไหน แล้วพระองค์ก็ทรงร่วมมือกับพระเจ้า และทรงรู้ว่าพระเจ้าทรงรักพระองค์และจะสำแดงให้แก่พระองค์ เราควรจะมีเกณฑ์ในการตัดสินใจอย่างไรว่าจะรับใช้ที่ไหน? แน่นอนต้องเป็นเกณฑ์เดียวกันกับพระเยซู

พระเจ้าทรงกำลังทำงานที่ไหน? พระองค์ทรงกำลังทำงานในท่ามกลางคนยากจน คนที่ถูกจองจำ คนเจ็บป่วย และคนที่ถูกข่มเหง อีกที่หนึ่งที่พระเจ้าทรงกำลังทำงานก็คือภายในครอบครัวของเราเอง พระองค์ทรงต้องการช่วยกู้สมาชิกทุกคนในครอบครัวของเรา ผู้เข้าอบรมกำหนดผู้คนและสถานที่ที่พระเจ้ากำลังทรงทำงานอยู่บนแผนที่กิจการ 29 ของพวกเขา

นมัสการ

- ขอใครสักคนอธิษฐานขอการทรงสถิตและการอวยพรจากพระเจ้า

- ร้องเพลงนมัสการร่วมกันสองเพลง

การสร้างสาวกที่สร้างต่อได้

อธิษฐาน

- ให้ผู้เข้าอบรมจับคู่กับคนที่พวกเขาไม่เคยจับคู่ด้วยมาก่อน

- ให้ผู้เข้าอบรมแต่ละคนแบ่งปันคำตอบของคำถามต่อไปนี้กับคู่ของตน

    1. เราจะอธิษฐานเผื่อคนที่หลงหายที่คุณรู้จักอย่างไร?

    2. เราจะอธิษฐานเผื่อกลุ่มที่คุณกำลังฝึกอบรมอยู่อย่างไร?

- ถ้าหากคู่ของใครยังไม่ได้เริ่มต้นฝึกอบรมคนอื่น อธิษฐานขอให้มีคนที่มีศักยภาพในแวดวงของพวกเขาเพื่อพวกเขาจะฝึกอบรมให้กับคนเหล่านั้นได้

- แล้วให้แต่ละคู่อธิษฐานเผื่อซึ่งกันและกัน

การอบรมภาคความรู้

ทบทวน

การทบทวนในแต่ละชั่วโมงเรียนจะเหมือนกัน ขอให้ผู้เข้าอบรมยืนขึ้นและท่องจำสิ่งที่พวกเขาได้เรียนมาแล้วในบทก่อนหน้า ตรวจดูให้แน่ใจว่าพวกเขาทำสัญญาณมือด้วย ให้เราทบทวน 4 บทสุดท้าย

ภาพทั้งแปดภาพที่ช่วยให้เราทำตามแบบอย่างพระเยซูมีอะไรบ้าง?
"ทหาร ผู้แสวงหา ผู้เลี้ยง ผู้หว่าน พระบุตร ผู้บริสุทธิ์ ผู้รับใช้ ผู้อารักขา"

การรัก

สามสิ่งที่ผู้เลี้ยงทำมีอะไรบ้าง?

พระบัญชาที่สำคัญที่สุดที่เราควรสอนคนอื่นคืออะไร?

ความรักมาจากที่ใด?

การนมัสการแบบง่ายคืออะไร?

ทำไมเราจึงต้องมีการนมัสการแบบง่าย?

การนมัสการแบบง่ายจำเป็นต้องใช้คนจำนวนเท่าใด?

การอธิษฐาน

สามสิ่งที่ผู้ชอบธรรมทำมีอะไรบ้าง?

เราควรอธิษฐานอย่างไร?

พระเจ้าตอบคำอธิษฐานของเราอย่างไรบ้าง?

เบอร์โทรศัพท์ของพระเจ้าคืออะไร?

การเชื่อฟัง

สามสิ่งที่ผู้รับใช้ทำมีอะไรบ้าง?

ใครคือผู้มีสิทธิอำนาจสูงสุด?

คำสั่งสี่อย่างที่พระเยซูทรงให้แก่ผู้เชื่อทุกคนมีอะไรบ้าง?

เราควรเชื่อฟังพระเยซูอย่างไร?

พระเยซูทรงสัญญาสิ่งใดไว้กับเรา?

การดำเนินชีวิต

สามสิ่งที่พระบุตรทำมีอะไรบ้าง?

อะไรคือแหล่งแห่งฤทธิ์อำนาจในการทำพระราชกิจของพระเยซู?

ก่อนที่พระเยซูจะถูกตรึงที่กางเขน พระองค์ทรงสัญญาต่อผู้เชื่อเกี่ยวกับพระวิญญาณบริสุทธิ์ว่าอย่างไร?

หลังจากพระเยซูทรงเป็นขึ้นจากความตาย พระองค์ทรงสัญญาต่อผู้เชื่อเกี่ยวกับพระวิญญาณบริสุทธิ์ว่าอย่างไร?

คำสั่งสี่อย่างที่ให้เราเชื่อฟังเกี่ยวกับพระวิญญาณบริสุทธิ์คืออะไร?

พระเยซูทรงมีพระลักษณะอย่างไร?

ลูกา 19:10 เพราะบุตรมนุษย์ได้มาเพื่อแสวงหาและช่วยผู้ที่หลงหายให้รอด

"พระเยซูทรงเป็นผู้แสวงหา พระองค์แสวงหาคนที่หลงหาย ในชีวิตของพระองค์ พระองค์ทรงแสวงหาน้ำพระทัยและแผ่นดินของพระเจ้าก่อน"

ผู้แสวงหา
✋ มองไปข้างหลังและข้างหน้าพร้อมกับเอามือป้องเหนือดวงตา

สามสิ่งที่ผู้แสวงหาทำมีอะไรบ้าง?

มาระโก 1:37-38 เมื่อพบแล้วจึงร้องทูลว่า "ใครต่อใครกำลังตามหาพระองค์!" พระเยซูตรัสตอบว่า "ให้เราไปที่อื่นๆ ในละแวกใกล้เคียงกันเถิดเพื่อเราจะได้ไปเทศนาที่นั่นด้วย ที่เรามาก็เพื่อการนี้แหละ"

1. ผู้แสวงหาชอบหาสถานที่ใหม่ๆ
2. ผู้แสวงหาชอบหาคนหลงหาย
3. ผู้แสวงหาชอบหาโอกาสใหม่ๆ

"พระเยซูเป็นผู้แสวงหาและทรงมีชีวิตอยู่ในเรา เมื่อเราติดตามพระองค์ เราจะเป็นผู้แสวงหาด้วยเช่นกัน"

พระเยซูมีเกณฑ์ในการตัดสินใจอย่างไรว่าจะไปรับใช้ที่ไหน?

ยอห์น 5:19-20 พระเยซูตรัสตอบพวกเขาว่า "เราบอกความจริงแก่ท่านว่า พระบุตรไม่อาจทำสิ่งใดโดยลำพังพระองค์เอง พระองค์สามารถทำได้แต่เพียงสิ่งที่เห็นพระบิดาของพระองค์ทรงกระทำ เพราะพระบิดาทรงกระทำ

สิ่งใดพระบุตรก็กระทำสิ่งนั้นด้วย เพราะพระบิดาทรงรักพระบุตร และสำแดงทุกสิ่งที่ทรงกระทำให้พระบุตรเห็นท่านจะประหลาดใจที่พระองค์จะสำแดงให้พระบุตรเห็นสิ่งที่ยิ่งใหญ่กว่านี้อีก

"พระเยซูตรัสว่า 'เราไม่อาจทำสิ่งใดโดยลำพังตัวเราเอง'"
🖐 เอามือข้างหนึ่งวางบนหัวใจและส่ายศีรษะเป็นสัญญาณบอกว่า "ไม่"

"พระเยซูตรัสว่า "เรามองดูว่าพระเจ้าทรงกำลังทำงานที่ไหน'"
🖐 เอามือข้างหนึ่งป้องไว้เหนือตา แล้วมองหาไปทางซ้ายและขวา

"พระเยซูตรัสว่า "พระองค์ทรงกำลังทำงานที่ไหน เราร่วมงานกับพระองค์ที่นั่น'"
🖐 ยื่นมือชี้ไปข้างหน้าและผงกศีรษะตอบรับ

"พระเยซูตรัสว่า 'และเรารู้ว่าพระองค์ทรงรักเราและจะสำแดงให้แก่เรา'"
🖐 ยกมือขึ้นสรรเสริญพระเจ้าแล้วไขว้มือบนหัวใจ

เราจะมีเกณฑ์ในการตัดสินใจอย่างไรว่าจะไปรับใช้ที่ไหน?

1 ยอห์น 2:5-6 แต่ถ้าผู้ใดเชื่อฟังพระดำรัสของพระองค์ ความรักของพระเจ้าก็เต็มบริบูรณ์อยู่ในผู้นั้นด้วยวิธีนี้เราจึงรู้ว่าเราอยู่ในพระองค์คือผู้ใดอ้างว่าอยู่ในพระองค์ ผู้นั้นต้องดำเนินชีวิตอย่างที่พระเยซูได้ทรงดำเนิน

"เราตัดสินใจว่าจะรับใช้ที่ไหนโดยใช้เกณฑ์อย่างเดียวกันกับพระเยซู"

"ผม/ฉันไม่ทำสิ่งใดเพียงลำพัง

✋ เอามือข้างหนึ่งวางบนหัวใจและส่ายศีรษะเป็นสัญญาณบอกว่า "ไม่"

"ผม/ฉันมองดูว่าพระเจ้ากำลังทำงานที่ไหน"
✋ เอามือข้างหนึ่งป้องไว้เหนือตา แล้วมองหาไปทางซ้ายและขวา

"พระองค์ทรงกำลังทำงานที่ไหน ผม/ฉันร่วมงานกับพระองค์ที่นั่น"
✋ ยื่นมือชี้ไปข้างหน้าและผงกศีรษะตอบรับ

"และผม/ฉันรู้ว่าพระองค์ทรงรักผม/ฉันและจะสำแดงให้แก่ผม/ฉัน"
✋ ยกมือขึ้นสรรเสริญพระเจ้าแล้วไขว้มือบนหัวใจ

เราสามารถรู้ได้อย่างไรว่าพระเจ้ากำลังทำงานอยู่?

ยอห์น 6:44 ไม่มีใครมาหาเราได้ นอกจากพระบิดาผู้ทรงส่งเรามานั้นทรงชักนำเขามาหาเรา และเราจะให้เขาเป็นขึ้นในวันสุดท้าย

"ถ้าหากใครบางคนสนใจในการเรียนรู้เกี่ยวกับพระเยซูมากขึ้น นั่นก็ทำให้คุณรู้ว่าพระเจ้ากำลังทำงานอยู่ ยอห์น 6:44 บอกว่า มีเพียงพระเจ้าเท่านั้นที่สามารถนำคนมาหาพระองค์เองได้ เราถามคำถาม เราหว่านเมล็ดพันธุ์ฝ่ายวิญญาณ และคอยดูเมื่อมีการตอบสนอง ถ้าหากพวกเขาตอบสนอง เราก็รู้ได้ว่าพระเจ้ากำลังทำงานอยู่"

พระเยซูทรงกำลังทำงานที่ไหน?

ลูกา 4:18-19 พระวิญญาณขององค์พระผู้เป็นเจ้าทรงอยู่เหนือข้าพเจ้า เพราะพระองค์ทรงเจิมตั้งข้าพเจ้าไว้ให้ประกาศข่าวดีแก่ผู้ยากไร้ พระองค์ทรงใช้ข้าพเจ้ามาประกาศอิสรภาพแก่ผู้ถูกจองจำ และให้คนตาบอด

มองเห็น ให้ปลดปล่อยผู้ที่ถูกกดขี่ ให้ประกาศปีแห่งความโปรดปรานขององค์พระผู้เป็นเจ้า

1. คนยากจน
2. คนที่ถูกจองจำ
3. คนป่วย (คนตาบอด)
4. คนที่ถูกกดขี่

"พระเยซูทรงทำพันธกิจรับใช้และรับใช้คนเหล่านี้ แต่อย่างไรก็ตาม เป็นสิ่งสำคัญที่จะระลึกไว้ว่า พระองค์ไม่ได้รับใช้คนยากจนทุกคน หรือคนที่ถูกกดขี่ทุกคน ในความพยายามของเราเอง เราต้องการช่วยเหลือทุกคน พระเยซูทรงมองดูที่ที่พระบิดาทรงกำลังทำงานและจึงร่วมงานกับพระองค์ เราจำเป็นต้องทำอย่างเดียวกันกับพระเยซู ถ้าหากเราพยายามทำพันธกิจรับใช้ทุกคนที่ถูกกดขี่ข่มเหง นั่นเป็นสัญญาณบอกให้รู้ว่าเรากำลังพยายามทำสิ่งนั้นด้วยตัวของเราเอง"

อีกที่หนึ่งที่พระเยซูทรงกำลังทำงานอยู่คือที่ไหน?

"คุณรู้ไหมว่าพระเยซูทรงรักครอบครัวของคุณ? พระเจ้าทรงมีน้ำพระทัยที่จะให้พวกเขาทุกคนได้รับความรอดและมีชีวิตนิรันดร์ร่วมกันกับพระองค์ มีหลายตัวอย่างในพระคัมภีร์ที่พระเจ้าทรงช่วยกู้ทั้งครอบครัว"

วิญญาณชั่ว – ชายที่ถูกวิญญาณชั่วเข้าสิง – มาระโก 5

"ชายที่ถูกวิญญาณชั่วเข้าสิงได้รับการเปลี่ยนแปลงอย่างสิ้นเชิง เขาอยากจะไปกับพระเยซู แต่พระเยซูขอให้เขากลับไปหาครอบครัวและเล่าให้ครอบครัวของเขาฟังถึงสิ่งที่เกิดขึ้น หลายคนที่อยู่รอบๆ หมู่บ้านต่างอัศจรรย์ใจในสิ่งที่พระเยซูได้กระทำ เมื่อพระเจ้าทรงช่วยกู้หนึ่งคน พระองค์ทรงต้องการช่วยกู้คนอื่นๆ รอบข้างเขาให้รอดด้วย"

คอร์เนลิอัส – กิจการ 10

"พระเจ้าบอกให้เปโตรไปพูดกับคอร์เนลิอัส เมื่อเปโตรพูดแล้ว คอร์เนลิอัสและทุกคนที่ได้ยินข้อความต่างก็เต็มล้นด้วยพระวิญญาณบริสุทธิ์ คอร์เนลิอัสเชื่อและทุกคนที่อยู่รอบๆ เขาก็เชื่อด้วยเช่นกัน

นายคุกที่เมืองฟิลิปปี – กิจการ 16

เปาโลและสิลาสยังคงอยู่ในคุกแม้ว่าแผ่นดินไหวทำให้ประตูคุกเปิดออกก็ตาม นายคุกอัศจรรย์ใจในเรื่องนี้และเชื่อในพระเยซู ทั้งครอบครัวของเขาได้รับความรอดด้วยเช่นกัน

"อย่าเลิกเชื่อว่าคนในครอบครัวของคุณจะได้รับความรอดและอย่าหยุดอธิษฐานเผื่อพวกเขา เพื่อจะใช้ชีวิตนิรันดร์ร่วมกัน"

ข้อพระคัมภีร์ท่องจำ

ยอห์น 12:26 ผู้ที่รับใช้เราต้องตามเรามา และเราอยู่ที่ไหนผู้รับใช้ของเราจะอยู่ที่นั่นด้วย พระบิดาของเราจะให้เกียรติแก่ผู้ที่รับใช้เรา

- ให้ทุกคนยืนขึ้นและท่องข้อพระคัมภีร์สิบรอบพร้อมกัน โดยหกครั้งแรกให้ผู้เข้าอบรมดูจากพระคัมภีร์หรือบันทึกของตัวเอง และในสี่ครั้งสุดท้ายให้ทุกคนท่องจากความจำ ผู้เข้าอบรมควรท่องข้อพระคัมภีร์ก่อนที่จะท่องเนื้อหาในแต่ละครั้งและใครเสร็จแล้วก็ให้นั่งลงได้

- สิ่งนี้จะช่วยให้ผู้อบรมรู้ว่าใครที่ผ่านบทเรียนในชั่วโมง "การอบรมภาคปฏิบัติ" แล้วบ้าง

การอบรมภาคปฏิบัติ

- ในชั่วโมงเรียนขอให้ผู้เข้าอบรมนั่งหันหน้าเข้าหาคู่อธิษฐาน โดยให้สลับกันสอนบทเรียน

  “ให้คนที่*มีพี่น้องมากกว่า*ของแต่ละคู่เป็นผู้นำ”

- ทำตามขั้นตอนการอบรมผู้อบรม ในหน้า 23

- เน้นย้ำว่าท่านต้องการให้พวกเขาสอนทุกสิ่งในชั่วโมง “การอบรมภาคความรู้” ด้วยวิธีการที่ท่านทำ

  “ขอให้คุณถามคำถาม อ่านข้อพระคัมภีร์ด้วยกัน และตอบคำถามด้วยวิธีการอย่างเดียวกันกับที่ผม/ฉันทำร่วมกับคุณ”

- หลังจากผู้เข้าอบรมได้ฝึกอบรมซึ่งกันและกันแล้ว ขอให้พวกเขาหาคู่ใหม่และฝึกปฏิบัติสิ่งเดียวกันกับคู่ใหม่อีกครั้ง ขอให้ผู้เข้าอบรมคิดถึงใครบางคนที่พวกเขาจะแบ่งปันบทเรียนนี้หลังจากการอบรมแล้ว

  “ขอให้คุณใช้เวลาสักครู่เพื่อคิดถึงผู้ที่คุณสามารถฝึกอบรมหลังการฝึกอบรมครั้งนี้ ขอให้คุณเขียนรายชื่อบุคคลนั้นที่ด้านบนของหน้ากระดาษบทเรียน”

จบบทเรียน

แผนที่กิจการบทที่ 29 – ส่วนที่ 2 ๙

“บนแผนที่กิจการบทที่ 29 ขอให้วาดและติดป้ายสถานที่ที่พระเยซูทรงกำลังทำงานอยู่ กำหนดอย่างน้อยห้าสถานที่ บนแผนที่ที่ท่านรู้ว่าพระเยซูกำลังทำงานและวาดกางเขนในแต่ละที่นั้น ติดป้ายบอกว่าพระเจ้าทรงทำงานอย่างไรในพื้นที่นั้นๆ”

แม่น้ำ
แม่น้ำ
บึง
สนามฟุตบอล

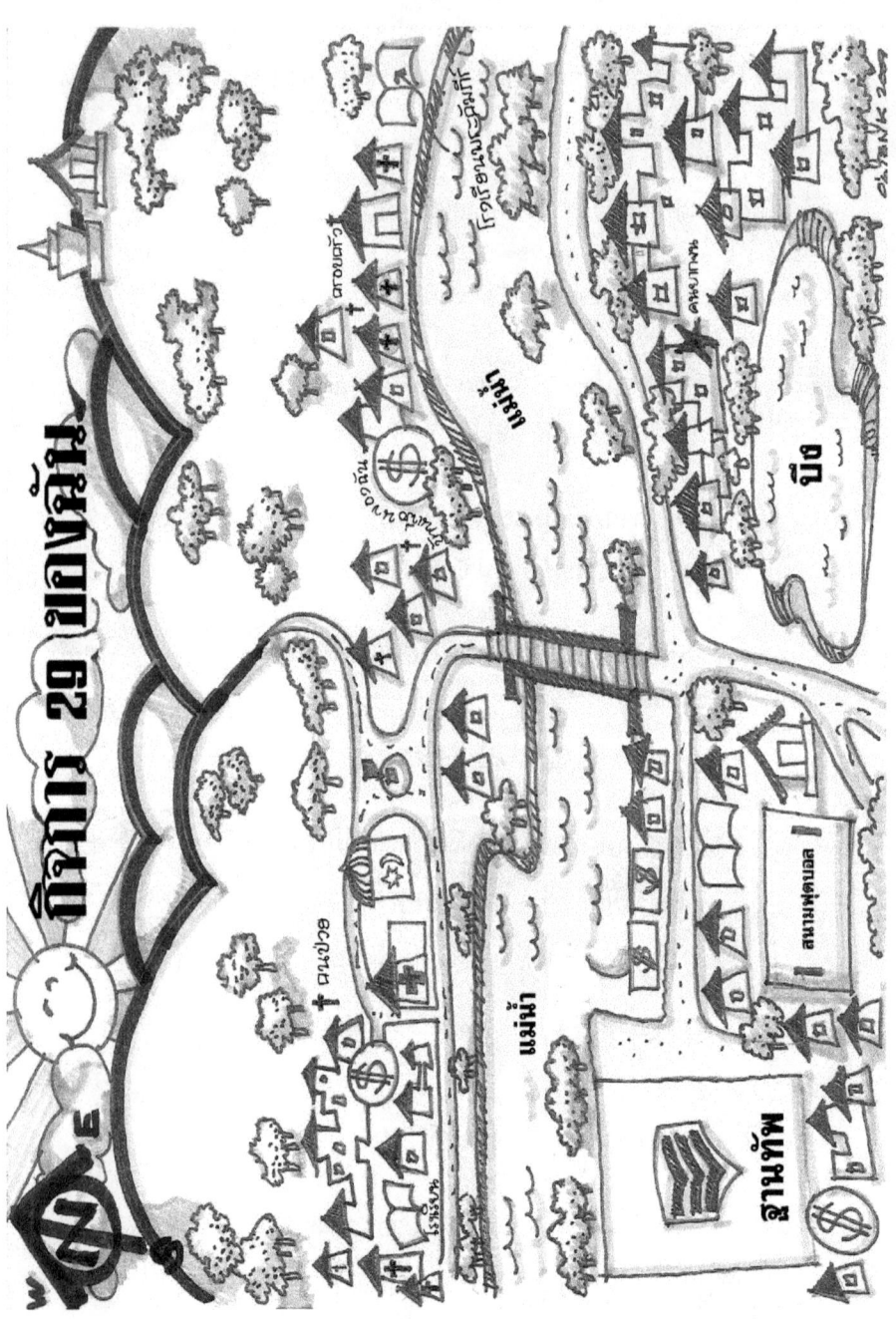

8

การแบ่งปัน

การแบ่งปัน แนะนำพระเยซูในฐานะทหาร เหล่าทหารต่อสู้ศัตรู อดทนต่อความยากลำบาก และปล่อยเชลยให้เป็นอิสระ พระเยซูทรงเป็นทหาร เมื่อเราติดตามพระองค์ เราเองจะเป็นทหารด้วยเช่นกัน

ทันทีที่เราเข้าไปมีส่วนร่วมกับพระเจ้าในที่ที่พระองค์ทรงกำลังทำงานอยู่ เราจะเผชิญหน้ากับสงครามฝ่ายวิญญาณ แล้วผู้เชื่อปราบซาตานให้พ่ายแพ้ได้อย่างไร? เราปราบมันได้โดยการสิ้นพระชนม์บนไม้กางเขนของพระเยซู โดยการแบ่งปันคำพยานของเรา และโดยการไม่กลัวตายเพื่อความเชื่อของเรา

คำพยานแบบหนึ่งที่เต็มด้วยฤทธิ์อำนาจ คือ การแบ่งปันเรื่องราวชีวิตของตัวเองก่อนที่จะมาพบพระเยซู มาพบพระเยซูได้อย่างไร และความแตกต่างที่เกิดขึ้นในชีวิต เมื่อเราดำเนินชีวิตกับพระเยซู คำพยานจะมีประสิทธิภาพมากขึ้นเมื่อเราจำกัดการแบ่งปันของเราให้อยู่ภายในสามหรือสี่นาทีโดยไม่ต้องบอกอายุของเราตอนที่มารับเชื่อ (เพราะอายุไม่สำคัญ) และใช้ภาษาที่คนไม่เป็นคริสเตียนสามารถเข้าใจได้ง่ายๆ

ชั่วโมงเรียนนี้จบด้วยการแข่งขันว่า ใครที่สามารถเขียนชื่อคนที่หลงหายที่พวกเขารู้จักได้ถึง 40 คน ของรางวัลจะแจกให้แก่คนที่ได้ที่หนึ่ง สอง และสาม แต่ในที่สุดทุกคนก็ได้รางวัลเหมือนกันหมดเพราะเราทุกคนเป็น "ผู้ชนะ" เมื่อเรารู้วิธีแบ่งปันคำพยานของเรา

นมัสการ

- ขอใครสักคนอธิษฐานขอการทรงสถิตและการอวยพรจากพระเจ้า

- ร้องเพลงนมัสการร่วมกันสองเพลง

อธิษฐาน

- ให้ผู้เข้าอบรมจับคู่กับคนที่พวกเขาไม่เคยจับคู่ด้วยมาก่อน

- ให้ผู้เข้าอบรมแต่ละคนแบ่งปันคำตอบของคำถามต่อไปนี้กับคู่ของตน
    1. เราจะอธิษฐานเผื่อคนที่หลงหายที่คุณรู้จักอย่างไร?
    2. เราจะอธิษฐานเผื่อกลุ่มที่คุณกำลังฝึกอบรมอยู่อย่างไร?

- ถ้าหากคู่ของใครยังไม่ได้เริ่มต้นฝึกอบรมคนอื่น อธิษฐานขอให้มีคนที่มีศักยภาพในแวดวงของพวกเขาเพื่อพวกเขาจะฝึกอบรมให้กับคนเหล่านั้นได้

- แล้วให้แต่ละคู่อธิษฐานเผื่อซึ่งกันและกัน

การอบรมภาคความรู้

ทบทวน

การทบทวนในแต่ละชั่วโมงเรียนจะเหมือนกัน ขอให้ผู้เข้าอบรมยืนขึ้นและท่องจำสิ่งที่พวกเขาได้เรียนมาแล้วในบทก่อนหน้า ตรวจดูให้แน่ใจว่าพวกเขาทำสัญญาณมือด้วย ในเวลานี้ ให้เราทบทวน 4 บทสุดท้าย

ภาพทั้งแปดภาพที่ช่วยให้เราทำตามแบบอย่างพระเยซูมีอะไรบ้าง?

"ทหาร ผู้แสวงหา ผู้เลี้ยง ผู้หว่าน พระบุตร ผู้บริสุทธิ์ ผู้รับใช้ ผู้อารักขา"

การอธิษฐาน

สามสิ่งที่ผู้ชอบธรรมทำมีอะไรบ้าง?
เราควรอธิษฐานอย่างไร?
พระเจ้าตอบคำอธิษฐานของเราอย่างไรบ้าง?
เบอร์โทรศัพท์ของพระเจ้าคืออะไร?

การเชื่อฟัง

สามสิ่งที่ผู้รับใช้ทำมีอะไรบ้าง?
ใครคือผู้มีสิทธิอำนาจสูงสุด?
คำสั่งสี่อย่างที่พระเยซูทรงให้แก่ผู้เชื่อทุกคนมีอะไรบ้าง?
เราควรเชื่อฟังพระเยซูอย่างไร?
พระเยซูทรงสัญญาสิ่งใดไว้กับเรา?

การดำเนินชีวิต

สามสิ่งที่พระบุตรทำมีอะไรบ้าง?
อะไรคือแหล่งแห่งฤทธิ์อำนาจในการทำพระราชกิจของพระเยซู?
ก่อนที่พระเยซูจะถูกตรึงที่กางเขน พระองค์ทรงสัญญาต่อผู้เชื่อเกี่ยวกับพระวิญญาณบริสุทธิ์ว่าอย่างไร?
หลังจากพระเยซูทรงเป็นขึ้นจากความตาย พระองค์ทรงสัญญาต่อผู้เชื่อเกี่ยวกับพระวิญญาณบริสุทธิ์ว่าอย่างไร?
คำสั่งสี่อย่างที่ให้เราเชื่อฟังเกี่ยวกับพระวิญญาณบริสุทธิ์คืออะไร?

การออกไป

สามสิ่งที่ผู้แสวงหาทำมีอะไรบ้าง?
พระเยซูมีเกณฑ์ในการตัดสินใจอย่างไรว่าจะไปรับใช้ที่ไหน?
เราควรมีเกณฑ์ในการตัดสินใจอย่างไรว่าจะไปรับใช้ที่ไหน?

เราจะรู้ได้อย่างไรว่าพระเจ้ากำลังทำงานอยู่?
พระเยซูกำลังทำงานที่ไหน?
อีกที่หนึ่งที่พระเยซูทรงกำลังทำงานอยู่คือที่ไหน?

พระเยซูทรงมีพระลักษณะอย่างไร?

มัทธิว 26:53 ท่านคิดว่าเราไม่อาจทูลขอพระบิดาหรือ? พระองค์จะให้ทูตสวรรค์กว่าสิบสองกองแก่เราทันที

"พระเยซูทรงเป็นทหาร พระองค์สามารถเรียกกองทัพทูตสวรรค์สิบสองกองมาป้องกันพระองค์ เพราะพระองค์ทรงเป็นผู้บัญชาการทหารสูงสุดในกองทัพของพระเจ้า พระองค์ทรงต่อสู้กับซาตานในสงครามฝ่ายวิญญาณ และมีชัยชนะเหนือความตายที่กางเขน"

ทหาร
✋ ทำมืออยกดาบขึ้น

สามสิ่งที่ทหารทำมีอะไรบ้าง?

มาระโก 1:12-15   ทันใดนั้นพระวิญญาณทรงส่งพระองค์ไปยังถิ่นทุรกันดาร และพระองค์ทรงถูกซาตานทดลองตลอดสี่สิบวันสี่สิบคืนที่ทรงอยู่ที่นั่น พระองค์ทรงอยู่กับสัตว์ป่า และเหล่าทูตสวรรค์มาปรนนิบัติพระองค์ หลังจากยอห์นถูกขังคุก พระเยซูเสด็จสู่แคว้นกาลิลี ทรงประกาศข่าวประเสริฐของพระเจ้า พระองค์ตรัสว่า   "ถึงเวลาแล้ว อาณาจักรของพระเจ้ามาใกล้แล้ว จงกลับใจใหม่และเชื่อข่าวประเสริฐ

1. ทหารต่อสู้กับศัตรู

    "พระเยซูทำสงครามต่อสู้ศัตรูและพระองค์ทรงชนะ"

2. ทหารยอมทนทุกข์ลำบาก

   “เมื่อพระเยซูอยู่ในโลก พระองค์ทรงทนทุกข์ลำบากหลายประการ”

3. ทหารปล่อยเชลยให้เป็นอิสระ

   “อาณาจักรของพระเยซูกำลังมาเพื่อปลดปล่อยคนให้เป็นอิสระ”

“พระเยซูทรงเป็นทหาร พระองค์บัญชาการกองทัพของพระเจ้าและทรงต่อสู้กับซาตานในสงครามฝ่ายวิญญาณ ที่บนกางเขนนั้นพระเยซูทรงมีชัยชนะเพื่อเรา เมื่อพระเยซูทรงมีชีวิตอยู่ภายในเรา เราจะเป็นทหารที่มีชัยชนะด้วย เราจะทำสงครามฝ่ายวิญญาณ ยอมทนทุกข์ลำบากเพื่อให้ผู้บัญชาการของเราพอใจ และช่วยผู้คนให้หลุดพ้นจากการถูกกดขี่ข่มเหง”

เราปราบซาตานให้พ่ายแพ้ได้อย่างไร?

วิวรณ์ 12:11 พวกเขาชนะพญามารโดยพระโลหิตของพระเมษโปดก และโดยคำพยานของตน พวกเขาไม่กลัวตายไม่เสียดายชีวิต

โดยพระโลหิตของพระเมษโปดก

“เราชนะซาตานได้เพราะพระโลหิตของพระเยซูที่หลั่งบนไม้กางเขน เราเป็นยิ่งกว่าผู้พิชิตโดยทางพระองค์และสิ่งที่พระองค์ได้ทรงกระทำ”

พระโลหิตของพระเมษโปดก

✋ ใช้นิ้วชี้สลับชี้ไปที่ฝ่ามือของท่านทั้งสองข้าง – เป็นสัญลักษณ์ของการถูกตรึงที่กางเขน

“เมื่อคุณต้องเผชิญหน้ากับสงครามฝ่ายวิญญาณ ขอให้จำไว้ว่าพระเยซูทรงปราบซาตานแล้วที่กางเขน! ซาตานสั่นด้วยความหวาดกลัว ครวญคราง และร้องสะอึกสะอื้นทุกครั้งเมื่อมันเห็นพระเยซู มันขอพระเยซูให้ไปจากมัน”

"ข่าวดีคือ พระเยซูทรงมีชีวิตอยู่ในเรา ดังนั้นไม่ว่าเมื่อใดก็ตามที่ซาตานเห็นพระเยซูที่อยู่ในเรา ซาตานก็เริ่มสั่นด้วยความหวาดกลัวและครวญคราง มันร้องไห้เหมือนเด็กทารก! ซาตานถูกปราบให้พ่ายแพ้ เพราะสิ่งที่พระเยซูทรงกระทำบนกางเขน! อย่าลืมเด็ดขาดว่า ไม่ว่าสิ่งต่างๆ จะยากลำบากเพียงใด เราจะชนะแน่! เราจะชนะแน่! เราจะชนะแน่!"

คำพยานของเรา

"เราเอาชนะซาตานโดยอาวุธอันทรงพลานุภาพแห่งคำพยานของเรา ไม่มีใครสามารถโต้เถียงคำพยานของเราถึงสิ่งที่พระเยซูได้ทรงกระทำในชีวิตของเราได้ เราสามารถใช้อาวุธนี้ทุกเวลาและทุกสถานที่"

คำพยาน
🖐 เอามือทั้งสองข้างป้องปากทำเหมือนกับว่าท่านกำลังพูดกับใครบางคนอยู่

ไม่กลัวตาย

"ชีวิตในนิรันดร์กาลของเรากับพระเจ้านั้นแน่แท้ การได้อยู่กับพระองค์ก็เป็นเรื่องที่ดีกว่า การมีชีวิตอยู่บนโลกนี้ก็เพื่อเผยแพร่ข่าวประเสริฐ เรายอมแพ้ไม่ได้!"

ไม่เสียดายชีวิต
🖐 เอาข้อมือทั้งสองข้างมาชิดกันเหมือนกับว่าถูกล่ามโซ่อยู่

โครงสร้างคำพยานที่เต็มไปด้วยฤทธิ์อำนาจเป็นอย่างไร?

ชีวิตของฉันก่อนพบพระเยซู

ก่อน

ชี้นิ้วไปด้านหน้าทางด้านซ้ายมือ

"อธิบายถึงชีวิตของคุณก่อนที่จะมาเป็นคริสเตียน ถ้าหากคุณเติบโตมาในครอบครัวคริสเตียนก็สามารถเล่าได้เพราะคนที่ยังไม่เชื่อก็สนใจที่จะฟังเรื่องราวที่เกิดขึ้นในครอบครัวของคริสเตียนด้วย"

ฉันพบพระเยซูได้อย่างไร

อย่างไร

ชี้นิ้วไปด้านหน้าตรงกลาง

"อธิบายว่าคุณมาเชื่อและติดตามพระเยซูได้อย่างไร"

ชีวิตหลังจากพบพระเยซู

หันไปทางด้านขวาและ โบกมือขึ้นลง

"อธิบายถึงสิ่งที่เกิดขึ้นในการติดตามพระเยซูหลังจากการกลับใจใหม่ของคุณและอธิบายว่า ความสัมพันธ์ระหว่างคุณกับพระเจ้ามีความหมายต่อคุณอย่างไร"

ถามคำถามแบบง่าย

ในช่วงจบคำพยานของท่าน ขอให้ถามคนๆ ที่คุณกำลังเป็นพยานว่า 'คุณอยากรู้เรื่องการติดตามพระเยซูมากขึ้นไหม?' นี่เป็นคำถามเพื่อสังเกตว่า พระเจ้ากำลังทำงานอยู่หรือไม่

> ถาม
> 🖐 ชี้นิ้วไปที่ขมับ – ทำท่าเหมือนท่านกำลังคิดเกี่ยวกับคำถาม

ถ้าหากพวกเขาตอบว่า "ใช่ อยากรู้" ท่านก็รู้ได้ทันทีว่าพระเจ้ากำลังทำงานอยู่ในสถานการณ์นั้น พระเจ้าทรงเป็นผู้เดียวที่นำคนให้เข้ามาใกล้พระองค์ ในกรณีนี้ขอให้ท่านแบ่งปันกับพวกเขาถึงเรื่องการติดตามพระเยซู

ถ้าหากพวกเขาตอบว่า "ไม่" นั่นแสดงว่าพระเจ้าไม่ได้ทำงานในสถานการณ์นั้นในขณะนี้ ขออนุญาตอธิษฐานอวยพรพวกเขา และเดินหน้าในทางของท่านต่อไป

อะไรคือแนวทางที่สำคัญต่อการปฏิบัติตาม?

จำกัดคำพยานเบื้องต้นให้อยู่ในเวลา 3-4 นาที

"มีคนที่หลงหายมากมายในโลกนี้และการจำกัดคำพยานเบื้องต้นของคุณจะช่วยทำให้เห็นได้ว่าใครที่ตอบสนองและไม่ตอบสนอง ก่อนอื่นขอให้คุณทำตามการทรงนำของพระวิญญาณบริสุทธิ์ ผู้เชื่อใหม่จะสบายใจกับการแบ่งปัน 3-4 นาที มากกว่า 3-4 ชั่วโมง!"

อย่าบอกอายุของคุณตอนที่มารับเชื่อ

"อายุของคุณตอนที่คุณมาเป็นผู้ติดตามพระคริสต์นั้นไม่สำคัญ และอาจทำให้

เกิดการสื่อสารผิดพลาดต่อผู้ไม่เชื่อได้เมื่อคุณแบ่งปันคำพยานของคุณ ถ้าหาก
พวกเขาอายุน้อยกว่าคุณตอนที่คุณมารับเชื่อ พวกเขาก็อาจคิดว่า พวกเขา
สามารถรอไปอีกหน่อยแล้วค่อยรับเชื่อก็ได้ แต่ถ้าหากพวกเขาอายุมากกว่าคุณ
ตอนที่รับเชื่อ พวกเขาก็อาจคิดว่าพวกเขาพลาดโอกาสไปแล้ว พระคัมภีร์บอก
ว่า วันนี้ เป็นวันแห่งความรอด ส่วนใหญ่การบอกอายุของคุณตอนที่คุณรับเชื่อ
มีแต่จะทำให้เกิดความสับสนเท่านั้น"

อย่าใช้คำศัพท์คริสเตียน

"หลังจากที่คนได้มาเป็นคริสเตียนแล้ว แม้ว่าในเวลาไม่นานนักพวกเขาก็เริ่ม
เอาคำศัพท์คริสเตียนที่คริสเตียนคนอื่นๆ พูดมาใช้ คำวลีเช่น "ได้รับการชำระ
โดยพระโลหิตของพระเมษโปดก" หรือ "เดินลงมาจากธรรมาสน์" หรือ "ผม/ฉัน
ได้คุยกับศิษยาภิบาล" คำศัพท์เหล่านี้เหมือนเป็นภาษาต่างประเทศสำหรับคน
ที่ไม่เชื่อ เมื่อเราแบ่งปันคำพยานของเรา ขอให้เราใช้คำศัพท์คริสเตียนให้น้อย
ที่สุดเท่าที่จะเป็นไปได้เพื่อคนเหล่านั้นที่เราแบ่งปันจะสามารถเข้าใจพระกิตติ
คุณได้อย่างชัดเจนมากที่สุด"

ข้อพระคัมภีร์ท่องจำ

*1 โครินธ์ 15:3-4 เพราะเรื่องที่ข้าพเจ้าได้ยินนั้นเป็นเรื่องที่สำคัญที่สุด
และข้าพเจ้าได้ถ่ายทอดให้ท่านคือพระคริสต์ทรงวายพระชนม์เพราะบาป
ของเราตามที่เขียนไว้ในพระคัมภีร์ทรงถูกฝังไว้และในวันที่สามพระเจ้า
ทรงให้พระองค์เป็นขึ้นจากความตายตามที่พระคัมภีร์ระบุไว้*

- ให้ทุกคนยืนขึ้นและท่องข้อพระคัมภีร์สิบรอบพร้อมกัน โดยหกครั้งแรกให้
ผู้เข้าอบรมดูจากพระคัมภีร์หรือบันทึกของตัวเอง และในสี่ครั้งสุดท้ายให้
ทุกคนท่องจากความจำ ผู้เข้าอบรมควรท่องชื่อและข้อพระคัมภีร์ก่อนที่จะ
ท่องเนื้อหาในแต่ละครั้งและใครเสร็จแล้วก็ให้นั่งลงได้ สิ่งนี้จะช่วยให้ผู้

อบรมรู้ว่าใครที่ผ่านบทเรียนในชั่วโมง "การอบรมภาคปฏิบัติ" แล้วบ้าง

การอบรมภาคปฏิบัติ

- แจ้งให้กับผู้เข้าอบรมว่า ท่านต้องการให้พวกเขาเขียนคำพยานลงในสมุดบันทึกของพวกเขาโดยใช้โครงร่างตามที่ท่านสอนพวกเขานั้น บอกพวกเขาว่า พวกเขามีเวลาเพียง 10 นาทีในการเขียนคำพยาน แล้วท่านจะเรียกบางคนในกลุ่มให้มาแบ่งปัน

- เมื่อครบสิบนาทีแล้ว ขอให้ผู้เข้าอบรมวางปากกาลง บอกพวกเขาว่าท่านจะเรียกบางคนออกมาแบ่งปันคำพยานกับคนอื่นๆ ในกลุ่ม หยุดสักสองวินาที แล้วประกาศแจ้งว่าท่านจะเป็นคนแบ่งปันคำพยานให้กับกลุ่ม ท่านจะเห็นพวกเขาทำท่าโล่งใจทันที!

- แบ่งปันคำพยานของท่านโดยใช้โครงร่างที่กล่าวมาข้างต้นในบทนี้ เมื่อแบ่งปันคำพยานจบแล้ว ขอให้คุณทบทวนตามโครงร่างไปทีละขั้นตอน ถามผู้เข้าอบรมว่าคุณได้แบ่งปันคำพยานอย่างถูกต้องไหม

- ระหว่างการอบรมภาคปฏิบัติของบทเรียนนี้ ท่านจะจับเวลาผู้เข้าอบรม ให้ผู้เข้าอบรมจับคู่และบอกพวกเขาว่าพวกเขาจะต้องแบ่งปันคำพยานให้แก่กันและกันโดยใช้เวลาคนละ 3 นาที

    "ขอให้คนที่เสียงดังที่สุดในแต่ละคู่เป็นคนที่เริ่มต้นก่อน"

- ขอให้จับเวลาคนแรกและพูดว่า "หยุด" เมื่อครบ 3 นาที ถามผู้เข้าอบรมว่าคู่ของพวกเขาได้ทำตามโครงร่างและใช้แนวทางสื่ออย่างในการแบ่งปันคำพยานที่เต็มไปด้วยฤทธิ์อำนาจหรือไม่ แล้วจึงขอให้คนที่สองแบ่งปัน 3 นาที ขอให้ผู้เข้าอบรมตอบสนองอีกครั้ง

- เมื่อทั้งคู่ได้แบ่งปันแล้ว ขอให้ผู้เข้าอบรมเปลี่ยนคู่ กำหนดว่าใครมีเสียงดังที่สุด และฝึกแบ่งปันคำพยานอีกครั้ง พยายามให้ทุกคนจับคู่ให้ได้อย่างน้อยสี่ครั้ง

- หลังจากสอนบทเรียนให้แก่กันและกันแล้ว ขอให้ผู้เข้าอบรมคิดถึงใครสักคนที่พวกเขาจะแบ่งปันบทเรียนนี้หลังจากจบการอบรม ขอให้พวกเขาเขียนชื่อคนนั้นเอาไว้ที่ด้านบนของบทเรียนหน้าแรก

เกลือและน้ำตาล ๙๔

ใช้ภาพประกอบการอธิบายนี้ในช่วงเวลาของการตอบสนองเพื่อย้ำถึงความสำคัญของการแบ่งปันจากใจ

> "ผลไม้สดสุกงอมย่อมมีรสชาดดีเสมอ! มันหวานอร่อยชื่นใจ! เมื่อผม/ฉันคิดถึงสับประรด สีเหลืองฉ่ำ มันทำให้ผม/ฉันต้องกลืนน้ำลาย
>
> ยังไงก็ตามผม/ฉันรู้วิธีที่คุณทำให้ผลไม้มีรสชาดดีขึ้นอีก! โดยการเติมน้ำตาลเข้าไปนิด ใส่เกลืออีกหน่อย และใส่พริกป่นเล็กน้อย อืมย์!!! นั่นล่ะมันอร่อยสุดยอด! ผม/ฉันพึ่งจะได้ชิมมันตอนนี้ล่ะ!
>
> ในทำนองเดียวกันพระวจนะของพระเจ้าดีเสมอ เหมือนกับผลไม้ที่เราควรชิมและรู้ว่าพระเจ้าแสนดี ไม่ว่าเมื่อใดก็ตามที่คุณสอนบทเรียนหนึ่งหรือแบ่งปันพระกิตติคุณจากใจของคุณพร้อมกับความรู้สึกที่แท้จริง มันเหมือนกับการเติมน้ำตาล เกลือ และพริกป่นเล็กน้อยลงไปในผลไม้ มันก็จะทำให้รสชาดอร่อยเป็นพิเศษ!
>
> ดังนั้นในครั้งหน้าเมื่อคุณแบ่งปันกับคู่ของคุณ ผม/ฉันอยากให้คุณเพิ่มเกลือหรือน้ำตาลหรือพริกป่นเข้าไปในสิ่งที่คุณพูดบ้าง"

จบบทเรียน

ใครเขียนรายชื่อคนที่หลงหายสี่สิบคนได้เร็วที่สุด?๗

- ขอให้แต่ละคนเอาสมุดบันทึกออกมาและเขียนหมายเลข 1-40

  “เรากำลังจะแข่งกัน และเราจะให้รางวัลแก่คนที่ชนะที่ 1 ที่ 2 และที่ 3”

- บอกทุกคนว่าเมื่อท่านให้สัญญาณโดยพูดว่า “เริ่มได้” ก็ให้ทุกคนเขียนรายชื่อของผู้ไม่เชื่อ 40 คนที่พวกเขารู้จักลงไปในสมุด ถ้าหากพวกเขาจำชื่อไม่ได้ พวกเขาสามารถเขียนอย่างอื่นที่เป็นสัญลักษณ์ถึงคนนั้นๆ เช่น “ร้านเสริมสวย” หรือ “บุรุษไปรษณีย์” อย่าให้ใครเริ่มเขียนก่อนที่ท่านจะให้สัญญาณ

- บางคนอาจถูกทดลองให้เริ่มเขียนในขณะที่ท่านกำลังบอกกติกา ฉะนั้น ขอให้ผู้เข้าอบรมทุกคนยกปากกาขึ้นไว้เหนือศีรษะในขณะที่ท่านกำลังแนะนำอยู่นั้น

- ต่อจากนั้นให้เริ่มการทดสอบและเมื่อใครเสร็จแล้วก็ให้ลุกขึ้นยืนพร้อมกับรายชื่อของพวกเขา ให้รางวัลแก่คนที่เสร็จเป็นคนแรก คนที่สอง และคนที่สาม

  “มีสองเหตุผลหลักๆ ที่ผู้เชื่ออ้างว่าพวกเขาไม่สามารถแบ่งปันความเชื่อของพวกเขา คือ พวกเขาไม่รู้ว่าจะแบ่งปันอย่างไร และพวกเขาไม่รู้ว่าจะแบ่งปันกับใคร ในบทเรียนนี้ เราได้ขจัดทั้งสองปัญหานี้แล้ว ตอนนี้คุณรู้แล้วว่าจะแบ่งปันพระกิตติคุณอย่างไรและมีรายชื่อคนที่คุณจะแบ่งปันด้วยแล้ว”

- ขอให้ผู้เข้าอบรมติดดาวไว้ด้านข้างรายชื่อห้าคนที่พวกเขาจะแบ่งปันคำ

พยานนั้น หนุนใจให้พวกเขาเป็นพยานในช่วงสัปดาห์หน้า

"มองที่มือของคุณ นิ้วทั้งห้านิ้วของคุณสามารถเตือนความจำให้คุณคิดถึงห้าคนที่ยังไม่เชื่อเพื่อคุณจะอธิษฐานเผื่อพวกเขาทุกวัน เมื่อคุณกำลังล้างจาน เขียนหนังสือ หรือพิมพ์งานในคอมพิวเตอร์ ขอให้นิ้วทั้งห้านี้เตือนคุณให้อธิษฐาน"

- ขอให้ผู้เข้าอบรมใช้เวลาอธิษฐานออกเสียงในกลุ่มสำหรับคนที่หลงหายในใบรายชื่อของพวกเขา

- หลังจากอธิษฐานแล้ว ขอให้ท่านแจกลูกอมให้กับทุกคนเป็นรางวัลแล้วพูดว่า "เวลานี้เราทุกคนเป็นผู้ชนะเพราะเรารู้วิธีแบ่งปันพระกิตติคุณและรู้ว่าเราจะแบ่งปันกับใคร"

บันทึก

# 9

การหว่าน

การหว่าน แนะนำพระเยซูในฐานะผู้หว่าน ผู้ที่หว่านย่อมเพาะเมล็ดพันธุ์ เอาใจใส่ดูแลทุ่งนา และชื่นชมยินดีเมื่อถึงเวลาเก็บเกี่ยวผลครั้งใหญ่ พระเยซูทรงเป็นผู้หว่านและทรงอยู่ภายในเรา เมื่อเราติดตามพระองค์ เราจะเป็นผู้หว่านด้วย เมื่อเราหว่านเล็กน้อย เราก็จะเก็บเกี่ยวได้เพียงเล็กน้อย แต่เมื่อเราหว่านมาก เราก็จะเก็บเกี่ยวมาก

เราควรหว่านสิ่งใดเข้าไปในชีวิตของผู้คน? มีเพียงพระกิตติคุณเท่านั้นที่สามารถเปลี่ยนแปลงพวกเขาและนำพวกเขากลับมายังครอบครัวของพระเจ้าได้ เมื่อเรารู้ว่าพระเจ้าทรงกำลังทำงานในชีวิตของบุคคลหนึ่ง เราแบ่งปันพระกิตติคุณแบบง่ายๆ ให้แก่พวกเขา เรารู้ว่าฤทธิ์อำนาจของพระเจ้าช่วยพวกเขาให้รอดได้

นมัสการ

- ขอใครสักคนอธิษฐานขอการทรงสถิตและการอวยพรจากพระเจ้า
- ร้องเพลงนมัสการร่วมกันสองเพลง

อธิษฐาน

- ให้ผู้เข้าอบรมจับคู่กับคนที่พวกเขาไม่เคยจับคู่ด้วยมาก่อน

138 *การสร้างสาวกที่สร้างต่อได้*

- ให้ผู้เข้าอบรมแต่ละคนแบ่งปันคำตอบของคำถามต่อไปนี้กับคู่ของตน
    1. เราจะอธิษฐานเผื่อคนที่หลงหายที่คุณรู้จักอย่างไร?
    2. เราจะอธิษฐานเผื่อกลุ่มที่คุณกำลังฝึกอบรมอยู่อย่างไร?
- ถ้าหากคู่ของใครยังไม่ได้เริ่มต้นฝึกอบรมคนอื่น อธิษฐานขอให้มีคนที่มีศักยภาพในแวดวงของพวกเขาเพื่อพวกเขาจะฝึกอบรมให้กับคนเหล่านั้นได้
- แล้วให้แต่ละคู่อธิษฐานเผื่อซึ่งกันและกัน

การอบรมภาคความรู้

ทบทวน

การทบทวนในแต่ละชั่วโมงเรียนจะเหมือนกัน ขอให้ผู้เข้าอบรมยืนขึ้นและท่องจำสิ่งที่พวกเขาได้เรียนมาแล้วในบทก่อนหน้า ตรวจดูให้แน่ใจว่าพวกเขาทำสัญญาณมือด้วย เราจะทบทวน 4 บทสุดท้าย

ภาพทั้งแปดภาพที่ช่วยให้เราทำตามแบบอย่างพระเยซูมีอะไรบ้าง?

"ทหาร ผู้แสวงหา ผู้เลี้ยง ผู้หว่าน พระบุตร ผู้บริสุทธิ์ ผู้รับใช้ ผู้อารักขา"

การเชื่อฟัง

สามสิ่งที่ผู้รับใช้ทำมีอะไรบ้าง?

ใครคือผู้มีสิทธิอำนาจสูงสุด?

คำสั่งสี่อย่างที่พระเยซูทรงให้แก่ผู้เชื่อทุกคนมีอะไรบ้าง?

เราควรเชื่อฟังพระเยซูอย่างไร?

พระเยซูทรงสัญญาสิ่งใดไว้กับเรา?

การดำเนินชีวิต

สามสิ่งที่พระบุตรทำมีอะไรบ้าง?

อะไรคือแหล่งแห่งฤทธิ์อำนาจในการทำพระราชกิจของพระเยซู?

ก่อนที่พระเยซูจะถูกตรึงที่กางเขน พระองค์ทรงสัญญาต่อผู้เชื่อเกี่ยวกับพระวิญญาณบริสุทธิ์ว่าอย่างไร?

หลังจากพระเยซูทรงเป็นขึ้นจากความตาย พระองค์ทรงสัญญาต่อผู้เชื่อเกี่ยวกับพระวิญญาณบริสุทธิ์ว่าอย่างไร?

คำสั่งสี่อย่างที่ให้เราเชื่อฟังเกี่ยวกับพระวิญญาณบริสุทธิ์คืออะไร?

การออกไป

สามสิ่งที่ผู้แสวงหาทำมีอะไรบ้าง?

พระเยซูมีเกณฑ์ในการตัดสินใจอย่างไรว่าจะไปรับใช้ที่ไหน?

เราควรมีเกณฑ์ในการตัดสินใจอย่างไรว่าจะไปรับใช้ที่ไหน?

เราจะรู้ได้อย่างไรว่าพระเจ้ากำลังทำงานอยู่?

พระเยซูกำลังทำงานที่ไหน?

อีกที่หนึ่งที่พระเยซูทรงกำลังทำงานอยู่คือที่ไหน?

การแบ่งปัน

สามสิ่งที่ทหารทำมีอะไรบ้าง?

เราเอาชนะซาตานได้อย่างไร?

โครงร่างคำพยานที่เต็มไปด้วยฤทธิ์อำนาจคืออะไร?

แนวทางที่สำคัญต่อการปฏิบัติตามคืออะไร?

พระเยซูทรงมีพระลักษณะอย่างไร?

มัทธิว 13:36-37 จากนั้นทรงละฝูงชนเข้าไปในบ้าน เหล่าสาวกมาทูลพระองค์ว่า "ขอทรงอธิบายคำอุปมาเรื่องวัชพืชด้วยเถิด" พระเยซูตรัสตอบว่า "ผู้ที่หว่านเมล็ดพันธุ์ดีคือบุตรมนุษย์..."

"พระเยซูเป็นผู้หว่านและพระเจ้าทรงเป็นผู้เก็บเกี่ยว"

ผู้หว่าน
✋ หว่านเมล็ดพันธุ์ด้วยมือ

สามสิ่งที่ผู้หว่านทำมีอะไรบ้าง?

มาระโก 4:26-29 พระองค์ตรัสด้วยว่า "อาณาจักรของพระเจ้าเป็นเหมือนคนหนึ่งหว่านเมล็ดพืชลงในดิน ทั้งวันทั้งคืนไม่ว่าเขาหลับหรือตื่น เมล็ดพืชก็งอกและเติบโตขึ้นแม้เขาไม่รู้ว่ามันงอกขึ้นได้อย่างไร ดินทำให้มันงอกเป็นอ่อนแล้วออกรวง จากนั้นมีเมล็ดข้าวเต็มรวง เมื่อข้าวสุกแล้วเขาก็ใช้เคียวเกี่ยวเพราะถึงฤดูเกี่ยวแล้ว

1. ผู้หว่านปลูกเมล็ดพันธุ์ที่ดี
2. ผู้หว่านเอาใจใส่ทุ่งนา
3. ผู้หว่านคาดหวังการเก็บเกี่ยว

"พระเยซูเป็นผู้หว่านและทรงมีชีวิตอยู่ภายในเรา พระองค์ทรงปลูกเมล็ดพืชที่ดีในหัวใจของเรา ในขณะที่ซาตานต้องการปลูกเมล็ดพันธุ์ที่ไม่ดี เมล็ดพันธุ์ที่พระเยซูปลูกนำเราไปสู่ชีวิตนิรันดร์ เมื่อเราทำตามอย่างพระองค์เราจะเป็นผู้หว่านด้วยเราจะปลูกเมล็ดพันธุ์ที่ดีแห่งพระกิตติคุณ เราจะเอาใจใส่ทุ่งนาที่พระเจ้าทรงส่งเราไป และเราจะคาดหวังการเก็บเกี่ยวครั้งยิ่งใหญ่"

พระกิตติคุณแบบง่ายคืออะไร?

ลูกา 24:1-7 แต่เช้ามืดในวันต้นสัปดาห์ ผู้หญิงเหล่านั้นจึงนำเครื่องหอมที่เขาได้จัดเตรียมไว้มาถึงอุโมงค์ เขาเหล่านั้นเห็นก้อนหินกลิ้งออกพ้นจากปากอุโมงค์แล้ว และเมื่อเข้าไปมิได้เห็นพระศพของพระเยซูเจ้า เมื่อเขากำลังคิดฉงนด้วยเหตุการณ์นั้น ดูเถิด มีชายสองคนยืนอยู่ใกล้เขา

เครื่องนุ่งห่มแพรวพราวจนพร่าตา ฝ่ายผู้หญิงเหล่านั้นกลัวและซบหน้าลงถึงดิน ชายสองคนนั้นจึงพูดกับเขาว่า "พวกท่านแสวงหาคนเป็นในพวกคนตายทำไมเล่า พระองค์ไม่อยู่ที่นี่ แต่ทรงเป็นขึ้นมาแล้ว จงระลึกถึงคำที่พระองค์ได้ตรัสกับท่านทั้งหลาย เมื่อพระองค์ยังอยู่ในแคว้นกาลิลีว่า 'บุตรมนุษย์จะต้องถูกอายัดไว้ในมือของคนบาป และต้องถูกตรึงที่กางเขน และวันที่สามจะเป็นขึ้นมาใหม่'"

อันดับแรก

"พระเจ้าทรงสร้างโลกที่สมบูรณ์แบบ"
✋ ทำมือทั้งสองข้างเป็นวงกลมใหญ่ๆ

"พระเจ้าทรงสร้างมนุษย์ให้เป็นส่วนหนึ่งของครอบครัวของพระองค์"
✋ เอามือทั้งสองข้างมาประสานกัน

อันดับที่สอง

"มนุษย์ไม่เชื่อฟังพระเจ้าและนำความบาปและความยากลำบากเข้ามาในโลก"
✋ กำหมัดขึ้นเหมือนกับว่าท่านต้องการต่อสู้

"ดังนั้นมนุษย์จึงต้องออกจากครอบครัวของพระเจ้า"
✋ เอามือประสานกันแล้วจากนั้นดึงออกจากกัน

อันดับที่สาม

"พระเจ้าส่งพระบุตรของพระองค์ คือ พระเยซู มาในโลก พระองค์ทรงดำเนินชีวิตที่สมบูรณ์แบบ"
✋ ยกมือขึ้นเหนือศีรษะและเคลื่อนลงมา

"พระเยซูทรงสิ้นพระชนม์บนไม้กางเขนเพราะความบาปของเรา"

เอานิ้วชี้ของแต่ละมือจิ้มไปที่กลางฝ่ามืออีกข้างหนึ่ง

"พระองค์ทรงถูกฝัง"

จับข้อศอกด้านขวาด้วยมือซ้ายและเคลื่อนแขวนขวาไปทางด้านหลังเหมือนกับถูกฝัง

"พระเจ้าทรงชุบพระองค์ขึ้นสู่ชีวิตในวันที่สาม"

ยกแขนกลับมาพร้อมกับชูนิ้วสามนิ้ว

"พระเจ้าทรงเห็นเครื่องบูชาของพระเยซูเพื่อความบาปของเราและทรงยอมรับเครื่องบูชานั้น"

ผลักมือลงโดยหงายฝ่ามือออก จากนั้นจึงยกขึ้นไขว้หัวใจ

อันดับที่สี่

"คนเหล่านั้นที่เชื่อว่าพระเยซูเป็นพระบุตรของพระเจ้าและได้ทรงชดใช้หนี้บาปแทนพวกเขาแล้วนั้น.."

ยกมือขึ้นนมัสการผู้ที่คุณเชื่อ

"กลับใจจากความบาปของพวกเขา..."

หงายฝ่ามือออกมาด้านนอกโดยเอาบังหน้า แล้วหันศีรษะไปอีกทาง

"...และทูลขอความรอด"

หงายมือชิดกันทำท่ารับ

"...ได้รับการต้อนรับกลับสู่ครอบครัวของพระเจ้า"

ปรบมือพร้อมกัน

"คุณพร้อมที่จะกลับมาสู่ครอบครัวของพระเจ้าหรือไม่? ให้เราอธิษฐาน

การหว่าน   143

ร่วมกัน ให้คุณบอกพระเจ้าว่า คุณเชื่อว่าพระองค์ทรงสร้างโลกที่สมบูรณ์แบบ และพระองค์ทรงส่งพระบุตรของพระองค์มาตายเพื่อความบาปของคุณ ขอให้คุณสารภาพบาป และขอให้พระเจ้านำคุณกลับเข้าสู่ครอบครัวของพระองค์"

- *สิ่งที่สำคัญ!* ขอให้คุณใช้เวลานี้ตรวจสอบให้แน่ชัดว่า ผู้ที่กำลังรับการอบรมทุกคนเป็นผู้เชื่อจริงๆ ขอให้คุณเปิดโอกาสให้พวกเขาตอบคำถามนี้: "คุณพร้อมที่จะกลับมาสู่ครอบครัวของพระเจ้าหรือไม่?"

- ขอให้ทำซ้ำการนำเสนอพระกิตติคุณแบบง่ายหลายๆ รอบร่วมกันกับผู้เข้าอบรมจนกว่าพวกเขาจะชำนาญ จากประสบการณ์ของเรา ผู้เชื่อส่วนใหญ่ไม่รู้วิธีการแบ่งปันความเชื่อของพวกเขา ดังนั้นขอให้คุณใช้เวลาเพื่อตรวจสอบจนมั่นใจว่าทุกคนมีความชัดเจนเกี่ยวกับความหมายของพระกิตติคุณแบบง่ายอย่างแท้จริง

- ช่วยผู้เข้าอบรมให้ชำนาญทั้งในเนื้อหาพระกิตติคุณและการทำสัญญาณมือที่ "เสริมสร้าง" บทเรียน เริ่มต้นจากจุดแรกและทำซ้ำหลายๆ รอบ จากนั้นจึงแบ่งปันจุดที่สองและทำซ้ำหลายๆ รอบ แล้วจึงทบทวนจุดแรกและจุดสองพร้อมกันหลายๆ รอบ ต่อมาจึงแบ่งปันจุดที่สามและทำซ้ำหลายๆ รอบ แล้วจึงทบทวนจุดแรก จุดที่สอง และจุดที่สามพร้อมกัน สุดท้ายสอนจุดที่สี่ให้ผู้เข้าอบรมและทำซ้ำหลายๆ รอบ ผู้เข้าอบรมควรสามารถสาธิตลำดับเรื่องทั้งหมดพร้อมทำสัญญาณมืออย่างเชี่ยวชาญได้หลายๆ รอบ

ข้อพระคัมภีร์ท่องจำ

ลูกา 8:15 *แต่เมล็ดที่ตกบนดินดีนั้นคือผู้ที่จิตใจดีงามสูงส่ง ผู้ได้ยินพระวจนะแล้วรับไว้และเกิดผลด้วยความอดทนบากบั่น*

- ให้ทุกคนยืนขึ้นและท่องข้อพระคัมภีร์สิบรอบพร้อมกัน โดยหกครั้งแรกให้ผู้เข้าอบรมดูจากพระคัมภีร์หรือบันทึกของตัวเอง และในสี่ครั้งสุดท้ายให้ทุกคนท่องจากความจำ ผู้เข้าอบรมควรท่องชื่อและข้อของพระคัมภีร์ก่อนที่จะท่องเนื้อหาในแต่ละครั้งและใครเสร็จแล้วก็ให้นั่งลงได้

การอบรมภาคปฏิบัติ

- โปรดอ่าน! การอบรมภาคปฏิบัติของบทเรียนการหว่านนี้แตกต่างจากครั้งอื่นๆ

- ขอให้ผู้เข้าอบรมยืนหันหน้าเข้าหาคู่อธิษฐานของพวกเขา ผู้เข้าอบรมทั้งสองคนทำซ้ำพระกิตติคุณแบบง่ายพร้อมทั้งทำสัญญาณมือพร้อมกัน

- เมื่อคู่แรกเสร็จแล้ว ทุกคนควรหาคู่คนใหม่ แล้วยืนหันหน้าเข้าหากัน และเล่าพระกิตติคุณแบบง่ายพร้อมทำสัญญาณมือพร้อมกัน

- หลังจากคู่ที่สองเสร็จแล้ว ผู้เข้าอบรมควรหาคู่คนใหม่ต่อไปจนกว่าพวกเขาจะได้เล่าพระกิตติคุณแบบง่ายและทำสัญญาณมือกับคนแปดคน

- เมื่อผู้เข้าอบรมทำครบแปดคนแล้ว ขอให้ทุกคนเล่าพระกิตติคุณแบบง่ายและทำสัญญาณมือทั้งกลุ่มพร้อมกัน ท่านจะแปลกใจที่พวกเขาทำได้ดีขึ้นหลังจากฝึกปฏิบัติหลายๆ รอบ!

อย่าลืมเพาะเมล็ดพันธุ์แห่งพระกิตติคุณ!

"อย่าลืมเพาะเมล็ดพันธุ์แห่งพระกิตติคุณ หากคุณไม่เพาะเมล็ดพันธุ์ ก็จะไม่มีการเก็บเกี่ยว ถ้าคุณเพาะเพียงเล็กน้อย คุณก็จะเก็บเกี่ยวได้น้อย แต่ถ้าคุณเพาะจำนวนมาก พระเจ้าก็จะทรงอวยพรคุณให้มีการเก็บเกี่ยวครั้งใหญ่ คุณ

อยากจะได้การเก็บเกี่ยวแบบไหน?"

"เมื่อคุณถามใครบางคนว่าพวกเขาอยากรู้เรื่องพระเยซูมากขึ้นไหม แล้วพวกเขาตอบว่า "ใช่" นั่นเป็นเวลาที่จะเพาะเมล็ดพันธุ์แห่งพระกิตติคุณแล้ว พระเจ้ากำลังทำงานในชีวิตของพวกเขา!"

"การหว่านเมล็ดพันธุ์แห่งพระกิตติคุณ! ไม่มีการหว่าน = ไม่มีการเก็บเกี่ยว พระเยซูทรงเป็นผู้หว่านและพระองค์กำลังรอคอยการเก็บเกี่ยวครั้งใหญ่"

"ใช้เวลาสักครู่เพื่อคิดถึงใครบางคนที่ไม่อยู่ในการฝึกอบรมที่คุณสามารถสอนบทเรียนให้แก่พวกเขา เขียนชื่อบุคคลเหล่านั้นลงไปบนหัวกระดาษของบทเรียนนี้"

จบบทเรียน

กิจการ 29:21 อยู่ที่ไหน? ๙

"เปิดพระคัมภีร์ของคุณไปที่กิจการ 29:21"

- ผู้เข้าอบรมจะพูดว่า พระธรรมกิจการมีเพียง 28 บทเท่านั้น

    "แต่พระคัมภีร์ของผม/ฉัน มีกิจการบทที่ 29"

- ขอให้ผู้เข้าอบรมหลายคนเดินออกมาข้างหน้า แล้วให้พวกเขาเปิดพระคัมภีร์ไปที่ตอนท้ายของบทที่ 28 และบอกว่าพวกเขามีกิจการบทที่ 29 ในพระคัมภีร์ของพวกเขาด้วย

    "ยุคนี้คือยุคของกิจการ 29 พระเจ้ากำลังบันทึกสิ่งที่พระวิญญาณบริสุทธิ์กำลังทำงานผ่านชีวิตของเรา และในวันหนึ่งเราจะได้อ่านบันทึกนั้น คุณ

การสร้างสาวกที่สร้างต่อได้

อยากให้มันบอกอะไรบ้าง? นิมิตของคุณคืออะไร? แผนที่ที่เราเคยทำก็คือแผนที่กิจการ 29 ของเรา และเป็นนิมิตที่พระเจ้าทำในชีวิตของเราด้วย ผม/ฉันอยากแบ่งปันนิมิตกิจการ 29 ให้คุณฟัง"

- ขอให้ท่านแบ่งปัน "นิมิตกิจการ 29" ของท่านต่อกลุ่ม อย่าลืมรวมแนวความคิดเรื่องคนสองประเภทเข้าไปด้วย คือ ผู้ที่ไม่เชื่อและผู้เชื่อ

"พระเจ้าต้องการให้เราแบ่งปันพระกิตติคุณกับคนที่ยังไม่เชื่อและต้องการให้เราฝึกอบรมคนที่เชื่อแล้วให้ติดตามพระคริสต์และแบ่งปันความเชื่อของพวกเขา"

"แผนที่กิจการ 29 ของเราเป็นตัวแทนของกางเขนที่พระเยซูทรงเรียกให้พวกเราแบก เวลานี้เราต้องการเข้าไปสู่ช่วงเวลาอันบริสุทธิ์เพื่อนำเสนอแผนที่ของเรา อธิษฐานเผื่อซึ่งกันและกัน และอุทิศชีวิตของเราในการติดตามพระเยซู"

แผนที่กิจการ บทที่ 29 – ส่วนที่ 3 ๙

- บอกผู้เข้าอบรมวาดวงกลมอย่างน้อยสามวง รอบๆ พื้นที่ที่พวกเขาสร้างสาวกกลุ่มใหม่บนแผนที่ของพวกเขาได้ พวกเขาควรเขียนชื่อของผู้ที่สามารถเป็นผู้นำกลุ่ม และชื่อเจ้าของบ้านด้านข้างกลุ่ม

- ถ้าหากพวกเขาได้เริ่มต้นกลุ่มแล้ว – แสดงความยินดีและให้พวกเขาเขียนลงไปในแผนที่ ถ้าหากพวกเขายังไม่ได้เริ่มต้นกลุ่ม ขอให้ช่วยพวกเขาวิเคราะห์ดูว่าพระเจ้าทรงกำลังทำงานที่ไหน

- นี่เป็นครั้งสุดท้ายที่ผู้เข้าอบรมจะเตรียมแผนที่ของพวกเขาก่อนที่จะนำเสนอ คุณสามารถเพิ่มเวลาเตรียมแผนที่ให้แก่ผู้เข้าอบรมตามความจำเป็น

กิจการ 29 ของฉัน
คนป่วย
โรงเรียน
แม่น้ำ
บ้านเพื่อนของฉัน
ครอบครัว
โรงเรียนพระคัมภีร์
แม่น้ำ
คนยากจน
ฐานทัพ
สนามฟุตบอล
บึง
คนที่จะแบ่งปันพระกิตติคุณด้วย

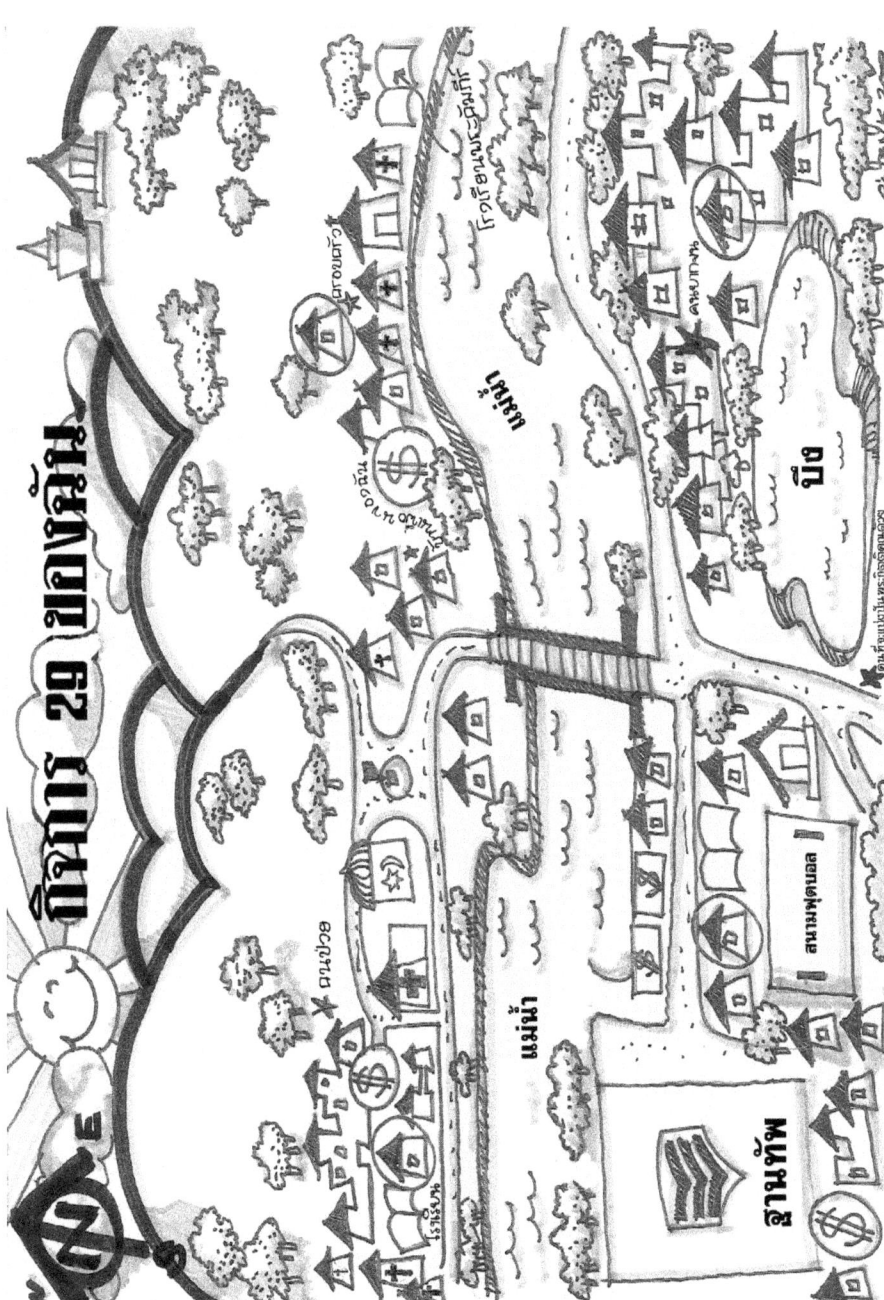

บันทึก

10

การแบกกางเขน

การแบกกางเขน เป็นชั่วโมงเรียนสุดท้ายของการสัมมนา พระเยซูทรงบัญชาให้เราแบกกางเขนและติดตามพระองค์ทุกวัน แผนที่กิจการ 29 เป็นภาพของกางเขนที่พระเยซูทรงเรียกให้ผู้เข้าอบรมแต่ละคนแบกไว้

ในบทเรียนสุดท้ายนี้ ผู้เข้าอบรมนำเสนอแผนที่กิจการ 29 ของพวกเขาต่อกลุ่ม หลังจากแต่ละการนำเสนอ ทุกคนในกลุ่มจะวางมือบนผู้นำเสนอและแผนที่กิจการ 29 โดยอธิษฐานขอพระพรและการเจิมของพระเจ้ามาเหนือพันธกิจรับใช้ แล้วกลุ่มจึงท้าทายผู้นำเสนอโดยการย้ำถึงพระบัญชาว่า "แบกกางเขนของคุณและติดตามพระเยซู" สามรอบ ผู้เข้าอบรมหมุนเวียนกันนำเสนอแผนที่กิจการ 29 ของพวกเขาจนครบทุกคน เวลาการฝึกอบรมจบลงด้วยการนมัสการที่พูดถึงการอุทิศตนเพื่อการสร้างสาวกและอธิษฐานปิดโดยผู้นำฝ่ายวิญญาณผู้เป็นที่ยอมรับนับถือ

นมัสการ

- ขอใครสักคนอธิษฐานขอการทรงสถิตและการอวยพรจากพระเจ้า

- ร้องเพลงนมัสการร่วมกันสองเพลง

อธิษฐาน

- ขอให้ผู้นำฝ่ายวิญญาณผู้เป็นที่ยอมรับนับถือในกลุ่มอธิษฐานขอพระพรจากพระเจ้ามาเหนือช่วงเวลาพิเศษแห่งการอุทิศตนนี้

การนำเสนอ

ทบทวน

การทบทวนในแต่ละชั่วโมงเรียนจะเหมือนกัน ขอให้ผู้เข้าอบรมยืนขึ้นและท่องจำสิ่งที่พวกเขาได้เรียนมาแล้วในบทก่อนหน้า ตรวจดูให้แน่ใจว่าพวกเขาทำสัญญาณมือด้วย

ภาพทั้งแปดภาพที่ช่วยให้เราทำตามแบบอย่างพระเยซูมีอะไรบ้าง?
"ทหาร ผู้แสวงหา ผู้เลี้ยง ผู้หว่าน พระบุตร ผู้บริสุทธิ์ ผู้รับใช้ ผู้อารักขา"

การทวีคูณ

สามสิ่งที่ผู้อารักขาทำมีอะไรบ้าง?
พระบัญชาแรกที่พระเจ้าให้ไว้กับมนุษย์คืออะไร?
พระบัญชาสุดท้ายที่พระเยซูให้ไว้กับมนุษย์คืออะไร?
ข้าพเจ้าจะเกิดผลและทวีคูณได้อย่างไร?
ทะเลสาบสองแห่งในอิสราเอลชื่ออะไรบ้าง?
ทำไมทะเลสาบทั้งสองแห่งจึงมีความแตกต่างกันมาก?
ท่านอยากเป็นเหมือนทะเลสาบแห่งใด?

การรัก

สามสิ่งที่ผู้เลี้ยงทำมีอะไรบ้าง?
พระบัญชาที่สำคัญที่สุดที่เราควรสอนคนอื่นคืออะไร?
ความรักมาจากที่ใด?

การนมัสการแบบง่ายคืออะไร?

ทำไมเราจึงต้องมีการนมัสการแบบง่าย?

การนมัสการแบบง่ายจำเป็นต้องใช้คนจำนวนเท่าใด?

การอธิษฐาน

สามสิ่งที่ผู้ชอบธรรมทำมีอะไรบ้าง?

เราควรอธิษฐานอย่างไร?

พระเจ้าตอบคำอธิษฐานของเราอย่างไรบ้าง?

เบอร์โทรศัพท์ของพระเจ้าคืออะไร?

การเชื่อฟัง

สามสิ่งที่ผู้รับใช้ทำมีอะไรบ้าง?

ใครคือผู้มีสิทธิอำนาจสูงสุด?

คำสั่งสี่อย่างที่พระเยซูทรงให้แก่ผู้เชื่อทุกคนมีอะไรบ้าง?

เราควรเชื่อฟังพระเยซูอย่างไร?

พระเยซูทรงสัญญาสิ่งใดไว้กับเรา?

การดำเนินชีวิต

สามสิ่งที่พระบุตรทำมีอะไรบ้าง?

อะไรคือแหล่งแห่งฤทธิ์อำนาจในการทำพระราชกิจของพระเยซู?

ก่อนที่พระเยซูจะถูกตรึงที่กางเขน พระองค์ทรงสัญญาต่อผู้เชื่อเกี่ยวกับพระวิญญาณบริสุทธิ์ว่าอย่างไร?

หลังจากพระเยซูทรงเป็นขึ้นจากความตาย พระองค์ทรงสัญญาต่อผู้เชื่อเกี่ยวกับพระวิญญาณบริสุทธิ์ว่าอย่างไร?

คำสั่งสี่อย่างที่ให้เราเชื่อฟังเกี่ยวกับพระวิญญาณบริสุทธิ์คืออะไร?

การออกไป

สามสิ่งที่ผู้แสวงหาทำมีอะไรบ้าง?

พระเยซูมีเกณฑ์ในการตัดสินใจอย่างไรว่าจะไปรับใช้ที่ไหน?

เราควรมีเกณฑ์ในการตัดสินใจอย่างไรว่าจะไปรับใช้ที่ไหน?

เราจะรู้ได้อย่างไรว่าพระเจ้ากำลังทำงานอยู่?

พระเยซูกำลังทำงานที่ไหน?

อีกที่หนึ่งที่พระเยซูทรงกำลังทำงานอยู่คือที่ไหน?

การแบ่งปัน

สามสิ่งที่ทหารทำมีอะไรบ้าง?

เราเอาชนะซาตานได้อย่างไร?

โครงร่างคำพยานที่เต็มไปด้วยฤทธิ์อำนาจคืออะไร?

แนวทางที่สำคัญต่อการปฏิบัติตามคืออะไร?

การหว่าน

สามสิ่งที่ผู้หว่านทำมีอะไรบ้าง?

พระกิตติคุณแบบง่ายที่เราแบ่งปันคืออะไร?

การอบรมภาคปฏิบัติ

พระเยซูสั่งให้ผู้ติดตามพระองค์ทำสิ่งใดบ้างในทุก ๆ วัน?

ลูกา 9:23 จากนั้นพระองค์ตรัสกับเขาทั้งปวงว่า "หากผู้ใดปรารถนาจะตามเรามา เขาต้องปฏิเสธตนเอง รับกางเขนของตนแบกทุกวันและตามเรามา"

"ปฏิเสธตนเอง แบกกางเขน และตามพระเยซู"

การแบกกางเขน

สี่เสียงที่เรียกเราให้แบกกางเขนมีอะไรบ้าง?

เสียงจากเบื้องบน

มาระโก 16:15 พระองค์ตรัสกับพวกเขาว่า "จงออกไปทั่วโลกประกาศข่าวประเสริฐแก่คนทั้งปวง

"พระเยซูทรงเรียกเราจากสวรรค์เพื่อให้เราแบ่งปันพระกิตติคุณ พระองค์ทรงมีสิทธิอำนาจสูงสุด และเราควรเชื่อฟังพระองค์ทุกเวลา เชื่อฟังอย่างทันที และเชื่อฟังจากหัวใจที่รักพระองค์"

"นี่คือเสียงเรียกจากเบื้องบน"

เบื้องบน
✋ ชี้นิ้วขึ้นไปบนท้องฟ้า

เสียงจากเบื้องล่าง

ลูกา 16:27-28 เขาจึงตอบว่า "ท่านบิดาเจ้าข้า ถ้าเช่นนั้นข้าพเจ้าขอวิงวอนให้ส่งลาซารัสไปยังบ้านบิดาของข้าพเจ้า เพราะข้าพเจ้ามีพี่น้องห้าคน ให้ลาซารัสไปเตือนเขา เพื่อว่าพวกเขาจะได้ไม่ต้องมาที่ทรมานนี้ด้วย"

"พระเยซูทรงเล่าเรื่องหนึ่งเกี่ยวกับชายผู้มั่งมีที่ลงไปสู่นรก ในเรื่องนี้บอกว่าชายผู้มั่งมีต้องการให้ชายยากจนที่ชื่อว่า ลาซารัส ออกจากสวรรค์เพื่อไปหาพี่น้องของเขาห้าคนที่อยู่บนโลกและเล่าเรื่องเกี่ยวกับนรกให้พวกเขาฟัง อับราฮัมพูดว่าพวกเขาได้รับคำเตือนเพียงพอแล้ว ลาซารัสไม่สามารถกลับไปที่โลกได้ คนที่ตายแล้วและอยู่ในนรกเรียกเราให้แบ่งปันพระกิตติคุณ"

"นี่คือเสียงจากเบื้องล่าง"

การสร้างสาวกที่สร้างต่อได้

เบื้องล่าง
✋ ชี้นิ้วลงไปที่พื้นดิน

เสียงจากภายใน

1 โครินธ์ 9:16 กระนั้นเมื่อข้าพเจ้าประกาศข่าวประเสริฐ ข้าพเจ้าก็ไม่มีเหตุที่จะอวดได้ เพราะข้าพเจ้าจำต้องประกาศวิบัติแก่ข้าพเจ้าหากข้าพเจ้าไม่ประกาศข่าวประเสริฐ

"พระวิญญาณบริสุทธิ์ที่อยู่ภายในเปาโลผลักดันให้เขาแบ่งปันพระกิตติคุณ พระวิญญาณบริสุทธิ์องค์เดียวกันก็ทรงเรียกเราให้แบกกางเขนของเราและแบ่งปันพระกิตติคุณ"

"นี่คือเสียงจากภายใน
ภายใน
✋ ชี้นิ้วที่หัวใจของท่าน

เสียงจากภายนอก

กิจการ 16:9 ในเวลากลางคืนเปาโลได้รับนิมิตเห็นชาวมาซิโดเนียคนหนึ่งยืนอ้อนวอนว่า "โปรดมาช่วยพวกข้าพเจ้าที่แคว้นมาซิโดเนียด้วยเถิด"

"เปาโลวางแผนเดินทางไปยังเอเชีย แต่พระวิญญาณบริสุทธิ์ไม่ยอมให้เขาไป ในเวลานั้น เปาโลได้รับนิมิตว่ามีชายชาวมาซิโดเนียคนหนึ่งร้องอ้อนวอนให้เขาไปเทศนาข่าวประเสริฐที่นั่น กลุ่มคนรอบๆ ตัวเราที่ข่าวประเสริฐยังไปไม่ถึง เรียกเราให้แบกกางเขนและแบ่งปันพระกิตติคุณ"

"นี่คือเสียงจากภายนอก"

การแบกกางเขน 155

ภายนอก

✋ กวักมือต่อกลุ่มเป็นการบอกว่า "มาที่นี่"

- ทบทวนสี่เสียงด้วยการทำสัญญาณมือหลายๆ ครั้งและถามผู้เข้าอบรมว่า แต่ละท่านั้นเป็นเสียงของใคร มาจากที่ไหน และบอกว่าอย่างไร

การนำเสนอ

แผนที่กิจการบทที่ 29 ☙

- แบ่งกลุ่มผู้เข้าอบรมเป็นกลุ่มละ 8 คน ขอให้ผู้นำฝ่ายวิญญาณผู้เป็นที่ยอมรับนับถือในกลุ่มผู้เข้าร่วม FJT เป็นผู้นำของแต่ละกลุ่ม

- อธิบายเวลาในกระบวนการของพันธกิจดังต่อไปนี้ แก่ผู้เข้าอบรม

- ผู้เข้าอบรมวางแผนที่กิจการบทที่ 29 ของพวกเขาไว้ตรงกลางวง และผลัดกันนำเสนอแผนที่ต่อกลุ่ม หลังจากนั้นให้กลุ่มวางมือบนแผนที่กิจการบทที่ 29 และ/หรือ ผู้เข้าอบรม และอธิษฐานขอฤทธิ์อำนาจของพระเจ้าและอวยพรพวกเขา

- ทุกคนควรอธิษฐานออกเสียงเผื่อผู้เข้าอบรมพร้อมกัน และให้ผู้นำกลุ่มอธิษฐานปิดตามการทรงนำของพระวิญญาณ

- ณ จุดนี้ ผู้เข้าอบรมม้วนแผนที่และแบกมันไว้บนบ่า และให้กลุ่มพูดว่า "แบกกางเขนและติดตามพระเยซู" สามครั้งพร้อมกัน หลังจากนั้นให้ผู้เข้าอบรมคนต่อไปนำเสนอแผนที่ของพวกเขาและเริ่มต้นขั้นกระบวนการนี้อีกครั้ง

- ก่อนที่ท่านจะเริ่มต้น ขอให้ผู้เข้าอบรมพูดออกเสียงทบทวนประโยคว่า

การสร้างสาวกที่สร้างต่อได้

"แบกกางเขนของท่านและติดตามพระเยซู" สามครั้งซึ่งพวกเขาจะพูดประโยคนี้หลังจากแต่ละคนนำเสนอแผนที่ของตน สิ่งนี้จะช่วยทุกคนรู้ว่าควรพูดประโยคใดพร้อมกัน

- เมื่อทุกคนในกลุ่มได้นำเสนอแผนที่ของพวกเขาแล้ว ขอให้ผู้เข้าอบรมเข้าร่วมกับกลุ่มอื่นที่ยังไม่เสร็จจนกว่าผู้เข้าอบรมทุกคนจะรวมกันเป็นกลุ่มใหญ่ที่รวมผู้เข้าอบรมทุกคนด้วยกัน

- เมื่อจบการอบรมขอให้ร้องเพลงนมัสการเกี่ยวกับการอุทิศตัวที่มีความหมายลึกซึ้งต่อผู้เข้าอบรมในกลุ่ม

ตอนที่ 3

อ้างอิง

การอบรมภาคความรู้เพิ่มเติม

แหล่งข้อมูลต่อไปนี้มีไว้สำหรับกรณีที่มีการอภิปรายอย่างลึกซึ้งเกี่ยวกับหัวข้อที่นำเสนอ สำหรับการบุกเบิกพันธกิจใหม่ๆ แหล่งข้อมูลเหล่านี้นับว่าเป็นหนังสือที่ดีที่สมควรแปลรองจากพระคัมภีร์

บิลไฮเมอร์ พอล, หนังสือเรื่อง มีจุดหมายที่บัลลังก์, คริสเตียน ลิเทอเรเชอร์ ครูเสด, ปี 1975

แบล็คกาบี้ เฮ็นรี่ ที และ คิง เคลาเด วี, หนังสือ “ประสบการณ์กับพระเจ้า: รู้และทำตามน้ำพระทัยของพระเจ้า” ไลฟ์เวย์ เพร็ส ปี 1990

ไบร้ท์ บิลล์, หนังสือเรื่อง วิธีการเต็มล้นในพระวิญญาณบริสุทธิ์, แคมพัส ครูเสด ฟอร์ ไคร้ส์, ปี 1971

คาลตั้น อาร์ บรูซ หนังสือเรื่อง กิจการบทที่ 29: การอบรมภาคปฏิบัติเพื่อสนับสนุนคริสตจักรให้อยู่ในกระแสการตั้งคริสตจักรท่ามกลางทุ่งนาที่ถูกละเลย คายรอส เพร็ส ปี 2003

เช็น จอห์น, หนังสือเรื่อง การอบรมผู้ฝึกอบรม (ที โฟว์ ที) ไม่ได้ตีพิมพ์

เกรแฮม บิลลี่, หนังสือเรื่อง พระวิญญาณบริสุทธิ์: ใช้ฤทธิ์อำนาจของพระเจ้า ในชีวิตของคุณ, วี พัพลิชชิ่ง กรุ๊ป, ปี 1978

ฮ็อดเจ็ส เฮิร์บ, หนังสือเรื่อง Tally Ho the Fox! มูลนิธิเพื่อการสร้างนิมิตโลก เพื่อสร้างผลกระทบต่อโลก และการเผยแพร่เพื่อการสร้างสาวก พันธกิจชีวิตฝ่ายวิญญาณ ปี 2001

ไฮเบลส์ บิลล์, หนังสือเรื่อง ยุ่งเกินกว่าที่จะอธิษฐาน, อินเตอร์วาร์สิตี้ เพร็ส, ปี 1988

มัวเร่ย์ แอนดรูว์, หนังสือเรื่อง ในโรงเรียนอธิษฐานกับพระคริสต์, ดิ๊กกอรี่ เพร็ส, ปี 2007

อ๊อกเด้น เกร็ก หนังสือเรื่อง การสร้างสาวกเพื่อการเปลี่ยนแปลง: สร้างสาวกจำนวนน้อยในแต่ละครั้ง อินเตอร์วาสิตี้ เพร็ส ปี 2003

แพ็คเกอร์ เจ ไอ, หนังสือเรื่อง รู้จักพระเจ้า, อินเตอร์วาร์สิตี้ เพร็ส, ปี 1993

แพทเตอร์สัน, จอร์จ และสก๊อกกิ้นส์ ริชาร์ด, หนังสือเรื่อง คู่มือการเพิ่มพูนคริสตจักร, วิลเลี่ยม คาเร่ย์ ไลบรารี่, ปี 1994

ไพเพอร์ จอห์น, หนังสือเรื่อง พระเยซูทรงเรียกร้องสิ่งใดจากโลก, ครอสเวย์ บุ๊คส์, ปี 2006

ภาคผนวก ก

หมายเหตุสำหรับการแปล

ผู้เขียนคู่มือการอบรมนี้ อนุญาตให้มีการแปลคู่มือเล่มนี้เป็นภาษาอื่นๆ ตามการทรงนำจากพระเจ้า ขอให้ท่านใช้แนวทางดังต่อไปนี้ในการแปลคู่มืออบรม "ตามอย่างพระเยซู" (FJT)

- เราขอแนะนำให้ท่านฝึกอบรมผู้อื่นโดยใช้ FJT หลายๆ ครั้ง ก่อนที่จะเริ่มต้นทำการแปล การแปลควรเน้นความหมายไม่ใช่แปลคำต่อคำ ตัวอย่างเช่นวรรคตอนที่ว่า "Walk by the Spirit" ถ้าหากในพระคัมภีร์ฉบับแปลของท่านแปลว่า "มีชีวิตอยู่โดยพระวิญญาณ" ก็ขอให้ท่านแปลคู่มือเล่มนี้โดยใช้วรรคตอนว่า "มีชีวิตอยู่โดยพระวิญญาณ" และถ้าหากจำเป็นก็ขอให้ท่านดัดแปลงการทำสัญญาณมืออย่างเหมาะสม

- การแปลควรจะใช้ภาษาที่คนทั่วไปเข้าใจง่ายและไม่ใช้ "คำศาสนา" ในภาษาของท่าน

- ขอให้ใช้พระคัมภีร์ฉบับแปลที่คนส่วนใหญ่ในกลุ่มของท่านเข้าใจได้ง่ายที่สุด ถ้าหากมีพระคัมภีร์ฉบับแปลฉบับเดียวและเป็นฉบับที่อ่านเข้าใจยาก ก็ขอให้ท่านใช้คำศัพท์ง่ายๆ ในข้อพระคัมภีร์อ้างอิง เพื่อให้พวกเขาเข้าใจชัดเจนมากขึ้น

- ใช้คำศัพท์ที่มีความหมายด้านบวกสำหรับภาพทั้งแปดภาพของพระคริสต์ หลายครั้งทีมอบรมต้องทดลองใช้ "คำศัพท์ที่เหมาะสม" หลายคำก่อนที่จะพบคำศัพท์ที่เหมาะสมที่สุด

- คำว่า "Saint" ควรจะแปลเป็นคำศัพท์ที่นิยมใช้ในวัฒนธรรมของท่านซึ่งสื่อถึงคนบริสุทธิ์ ที่เป็นนักนมัสการ นักอธิษฐาน และเป็นผู้ดำเนินชีวิต

ด้วยจริยธรรมเป็นอย่างดี ถ้าหากคำในภาษาของท่าน ที่บรรยายความบริสุทธิ์ของพระเยซูเป็นคำเดียวกัน ท่านก็ไม่จำเป็นต้องใช้คำว่า "Holy one" สาเหตุที่ใช้คำว่า "Holy one" ในที่นี้ เพราะคำว่า "Saint" ไม่ใช่คำที่เหมาะสมในการอธิบายถึงพระเยซู

- คำว่า "Servant" เป็นคำที่แปลเป็นด้านบวกได้ยาก แต่เป็นสิ่งที่สำคัญที่ท่านต้องแปลคำนี้ ขอให้ท่านระมัดระวังที่จะเลือกใช้คำศัพท์ที่สื่อถึงบุคคลที่ทำงานหนัก มีหัวใจถ่อม และมีความสุขในการช่วยเหลือคนอื่น วัฒนธรรมส่วนใหญ่มีแนวคิดสำหรับ "a servant's heart" (หัวใจของผู้รับใช้)

- การแสดงบทบาทสมมติทั้งหมดได้ถูกใช้ในเอเชียตะวันออกเฉียงใต้และเป็นเรื่องที่เหมาะสมกับวัฒนธรรม ดังนั้นขอให้ท่านดัดแปลงให้เหมาะสมกับวัฒนธรรมของท่าน ขอให้ใช้หัวข้อและแนวคิดต่างๆ ที่คนในพื้นที่ของท่านคุ้นเคย

- เราปรารถนาที่จะเห็นผลงานของท่านและช่วยเหลือท่านทุกวิธีที่เราสามารถทำได้

- ท่านสามารถติดต่อเราได้ที่ translations@FollowJesusTraining.com เพื่อเราจะสามารถทำงานร่วมกันและเห็นคนที่ทำตามแบบอย่างพระเยซูมากยิ่งขึ้น

ภาคผนวก ข

คำถามที่พบบ่อยๆ

1. อะไรคือเป้าหมายหลักของการอบรม *"การสร้างสาวกที่สร้างต่อได้"*?

กลุ่มผู้เชื่อขนาดเล็ก (ผู้ที่พบปะกันเพื่อนมัสการพระเจ้า อธิษฐาน ศึกษาพระคัมภีร์ และรายงานชีวิตต่อกันและกันในการถือรักษาพระบัญชาของพระเยซู) เป็นก้อนอิฐที่เป็นรากฐานของคริสตจักรที่สมบูรณ์ หรือมีกระแสการเคลื่อนไหวในระยะยาว เป้าหมายของเราคือเพื่อสนับสนุนกลุ่มคนให้ทำตามกลยุทธ์ของพระเยซูเพื่อประกาศกับโลกโดยการฝึกอบรมพวกเขาให้ทำสามขั้นตอนแรกในกลยุทธ์ของพระเยซู คือ เติบโตอย่างเข้มแข็งในพระเจ้า แบ่งปันพระกิตติคุณ และสร้างสาวก บางครั้งมิชชันนารีเป็นคนหลักที่ทำให้เกิดการเปลี่ยนแปลง แต่ไม่ใช่จุดศูนย์รวมของกระแสการสร้างสาวก

จากประสบการณ์ของเรา ผู้เชื่อส่วนใหญ่ไม่มีประสบการณ์เรื่องการพลิกฟื้นชุมชนที่เกิดขึ้นโดยกลุ่มสร้างสาวก ในกระแสการสร้างสาวกนั้น สมาชิกครอบครัวจะเสริมสร้างซึ่งกันและกันให้เป็นสาวกในช่วงเวลาเฝ้าเดี่ยว คริสตจักรจะเสริมสร้างสมาชิกให้เป็นสาวกในช่วงกลุ่มสร้างสาวกและในชั้นระวีวันอาทิตย์ กลุ่มเซลล์จะฝึกอบรมสมาชิกของพวกเขาให้รู้วิธีการสร้างคนอื่น และคริสตจักรแห่งใหม่ถูกก่อตั้งขึ้นจากการเป็นกลุ่มสร้างสาวกเล็กๆ ในกระแสการเคลื่อนไหวนั้น กลุ่มการสร้างสาวกเกิดขึ้นที่ไหนๆ ก็ได้ และเกิดขึ้นได้ทุกที่

2. อะไรคือความแตกต่างระหว่างการฝึกอบรมและการสอน?

การรายงานชีวิต การสอนบำรุงเลี้ยงความคิด การฝึกอบรมบำรุงเลี้ยงมือและหัวใจ ในระบบการสอน ผู้สอนจะพูดเยอะและนักเรียนถามเพียงไม่กี่คำถาม ในระบบการฝึกอบรมนั้น ผู้เข้าอบรมพูดเยอะและผู้อบรมถามเพียงไม่กี่คำถาม หลังจากจบชั่วโมงการสอน มักจะมีคำถามว่า "พวกเขาชอบสิ่งที่สอนวันนี้ไหม?" หรือ "พวกเขา

เข้าใจไหม?" แต่หลังจากจบชั่วโมงการฝึกอบรม คำถามที่เป็นกุญแจสำคัญคือ "พวกเขาจะทำตามไหม?"

3. ผม/ฉันจะควรทำอย่างไรในเมื่อสอนบทเรียนไม่จบตามเวลาที่กำหนด?

ขั้นตอนการฝึกอบรมใน FJT เป็นสิ่งที่สำคัญมาก ซึ่งไม่ใช่เป็นเพียงการสอนตามเนื้อหา แต่ให้มีการฝึกอบรมคนอื่นๆ ต่อไปด้วย ขอให้แบ่งชั่วโมง "การอบรมภาคความรู้" เป็นสองช่วง ถ้าหากคุณไม่มีเวลามากพอที่จะจบทั้งบทเรียนในหนึ่งชั่วโมงเรียน การรักษาขั้นตอนการฝึกอบรมเอาไว้โดยแบ่งบทเรียนออกเป็นสองส่วนก็ดีกว่าทิ้งส่วนใดส่วนหนึ่งของขั้นตอนการฝึกอบรม

การทดลองที่มักเกิดขึ้นก็คือการข้ามช่วงการรายงานชีวิตและการฝึกปฏิบัติ แต่กลับใช้เวลาในการเรียนเนื้อหาตามคู่มือซึ่งไม่ต่างอะไรกับการศึกษาพระคัมภีร์ทั่วไป อย่างไรก็ตามกุญแจสำคัญในการทวีคูณ คือ การรายงานชีวิตและการฝึกปฏิบัติ ฉะนั้นอย่าได้ข้ามสิ่งเหล่านี้โดยเด็ดขาด! แต่ขอให้แบ่งช่วง "การอบรมภาคความรู้" ออกเป็นสองช่วงและรักษาขั้นตอนการฝึกอบรมเอาไว้

4. ขอช่วยให้แนวทางว่าควรเริ่มต้นอย่างไรได้ไหม?

เริ่มต้นกับตัวคุณเองก่อน คุณไม่สามารถให้ในสิ่งที่คุณไม่มี เรียนรู้บทเรียนต่างๆ และนำมาใช้กับชีวิตของคุณเป็นประจำ อย่าเผยแพร่ความคิดผิดๆ ที่บอกว่าคุณต้องผ่านระดับใดระดับหนึ่งก่อนถึงจะเริ่มต้นฝึกอบรมผู้อื่น เป็นความจริงที่คุณไม่สามารถมีในสิ่งที่คุณไม่ได้ให้ หากคุณเป็นผู้เชื่อ พระวิญญาณบริสุทธิ์ทรงสถิตอยู่ภายในคุณและทรงรับประกันว่าคุณได้ไปถึงระดับที่จำเป็นต่อการเริ่มต้นฝึกอบรมผู้อื่นแล้ว

ความเป็นจริง คือ คุณไม่สามารถสอนคนอื่นในสิ่งที่คุณไม่เคยเรียนรู้มาก่อน แต่ความจริงก็ยังมีอีกว่า คุณไม่สามารถเรียนรู้ในสิ่งที่คุณไม่เคยสอน ดังนั้นขอให้คุณลงมือทำเลย! จงออกไปและฝึกอบรมผู้อื่น เมื่อคุณร่วมงานกับพระเจ้าในที่ที่พระองค์กำลังทำงานอยู่ คุณก็จะมีโอกาสมากมายในการฝึกอบรมผู้อื่น ขอให้คุณฝึกอบรมอย่างเข้มข้นให้กับคนห้าคนเหมือนกับว่าคุณกำลังฝึกอบรมให้กับคนห้าสิบ

คน หว่านเพียงเล็กน้อย ก็เก็บเกี่ยวได้เพียงเล็กน้อย หว่านมาก ก็เก็บเกี่ยวได้มาก การเก็บเกี่ยวที่คุณจะเห็นมักจะตรงกับระดับการอุทิศตัวเพื่อฝึกอบรมผู้อื่นของคุณ

5. "**กฎหมายเลขห้า**" **คืออะไร?**

ผู้เข้าอบรมต้องฝึกปฏิบัติตามบทเรียนหนึ่งๆ จำนวนห้าครั้งก่อนที่พวกเขาจะมั่นใจในการฝึกอบรมผู้อื่นต่อไป ครั้งแรก ผู้เข้าอบรมกล่าวว่า "นั่นเป็นบทเรียนที่ดีจริงๆ ขอบคุณมาก" ครั้งที่สอง (หลังจากที่พวกเขาได้สอนบทเรียน) พวกเขาจะพูดว่า "ผม/ฉันคิดว่า ผม/ฉัน สามารถสอนบทเรียนนี้ได้ แต่ก็ไม่ค่อยมั่นใจเลย" ครั้งที่สาม ผู้เข้าอบรมกล่าวว่า "บทเรียนนี้ไม่ยากเกินไปที่จะสอนนะ ผม/ฉันน่าจะทำได้"

ครั้งที่สี่ ผู้เข้าอบรมกล่าวว่า "ผม/ฉัน เห็นแล้วว่าบทเรียนนี้มีความสำคัญและผม/ฉันต้องการสอนคนอื่นต่อไป แต่ละครั้งมันก็ง่ายมากขึ้นๆ" ครั้งที่ห้า ผู้เข้าอบรมกล่าวว่า "ผม/ฉันสามารถฝึกอบรมคนอื่นให้ฝึกอบรมคนอื่นๆ ต่อไปให้ทำตามบทเรียนนี้ได้แน่ ผม/ฉันมั่นใจว่าพระเจ้าจะทรงใช้ผม/ฉันเพื่อเปลี่ยนแปลงชีวิตของเพื่อนๆ และครอบครัวได้"

การอบรมภาคปฏิบัติของบทเรียนหนึ่งๆ รวมทั้ง "การมองดู" หรือ "ลงมือกระทำ" ด้วยเหตุผลนี้เอง เราจึงแนะนำให้มีการฝึกปฏิบัติสองครั้ง ผู้เข้าอบรมควรฝึกปฏิบัติหนึ่งครั้งกับคู่อธิษฐานของพวกเขาแล้วจึงสลับไปฝึกกับคู่ของคนอื่นอีกครั้ง

6. **ทำไมต้องใช้สัญญาณมือมากมาย?**

ในตอนแรกอาจดูเหมือนเด็กๆ แต่คนส่วนใหญ่ยอมรับว่ามันช่วยพวกเขาให้จดจำเนื้อหาในคู่มือได้เร็วขึ้น การใช้สัญญาณมือช่วยคนเหล่านั้นที่มีรูปแบบการเรียนรู้โดยใช้ภาษาทางกายและด้วยการมองเห็น

ขอให้ระมัดระวังการใช้สัญญาณมือ สำรวจวัฒนธรรมท้องถิ่นของคนเหล่านั้นที่คุณกำลังอบรมพวกเขาและตรวจสอบให้แน่ใจว่าสัญญาณมือที่คุณใช้นั้นไม่ได้สื่อความหมายอย่างอื่นนอกจากสิ่งที่คุณต้องการสื่ออยู่ การทำสัญญาณมือที่อยู่ในคู่มือนี้ได้รับการพิสูจน์มาแล้วในหลายประเทศแถบเอเชียตะวันออกเฉียงใต้แต่ก็

การสร้างสาวกที่สร้างต่อได้

ขอให้คุณตรวจสอบดูล่วงหน้าว่ามันเหมาะสมหรือไม่

อย่าแปลกใจถ้าหากนายแพทย์ ทนายความ และผู้เข้าอบรมที่มีการศึกษาสูงในระดับต่างๆ ชื่นชอบการเรียนรู้และการทำสัญญาณมือ ความคิดเห็นที่เรามักจะได้ยินบ่อยๆ คือ "เยี่ยมจริงๆ! นี่เป็นบทเรียนที่ผม/ฉันสามารถสอนคนอื่นและพวกเขาจะเข้าใจและทำตามแน่นอน"

7. ทำไมรูปแบบบทเรียนถึงเรียบง่าย?

พระเยซูทรงฝึกอบรมด้วยรูปแบบเรียบง่ายและน่าสนใจ เราใช้ตัวอย่าง(บทบาทสมมติ) และเรื่องราวจากชีวิตจริง เพราะนั่นเป็นวิธีที่พระเยซูทรงกระทำ เราเชื่อว่าบทเรียนจะมีประสิทธิผลก็ต่อเมื่อมันได้ผ่าน "การทดสอบผ้ากันเปื้อน" ก่อน (หากบทเรียนเหล่านี้ถูกเขียนบนผ้ากันเปื้อนในระหว่างมื้ออาหาร ผู้เข้าอบรมจะสามารถถ่ายทอดต่อไปทันทีหรือไม่?) บทเรียนต่างๆ ใน FJT "สอนด้วยตัวของมันเอง" และพึ่งพระวิญญาณบริสุทธิ์ในการปลูกเมล็ดพืชที่ดี ความเรียบง่ายเป็นกุญแจสำคัญในการถ่ายทอด

8. อะไรคือความผิดพลาดที่เกิดขึ้นบ่อยๆ ของผู้อบรม?

- พวกเขาข้ามขั้นตอนการรายงานชีวิตของการฝึกอบรม กิจกรรมต่างๆ ของกลุ่มผู้เชื่อขนาดเล็กได้แก่ การนมัสการ การอธิษฐาน และการศึกษาพระคัมภีร์ การฝึกอบรมรวมทั้งสามด้านนี้ แต่เพิ่ม "การรายงานชีวิต" เข้าไปด้วย ผู้คนส่วนใหญ่เชื่อว่าพวกเขาไม่สามารถรับมือกับการรายงานชีวิตของคนอื่นด้วยความรัก ดังนั้นพวกเขาจึงข้ามส่วนนี้ไป อย่างไรก็ตาม การเป็นแบบอย่างและการถามคำถามที่ไม่เป็นการตัดสินกล่าวโทษ จะทำให้กลุ่มหนึ่งๆ สามารถรับมือกับการรายงานชีวิตซึ่งกันและกันได้และสามารถมองเห็นการเติบโตฝ่ายวิญญาณอย่างมีความหมาย

- พวกเขาเน้นสองสามคน ไม่ใช่หลายคน แนวคิดเรื่องการสร้างสาวกหนึ่งต่อหนึ่งนั้นเป็นแนวคิดที่ดี แต่เมื่อนำไปปฏิบัติจริงจะให้ผลต่ำกว่าที่

คาดหวังไว้ พระคัมภีร์นำเสนอรูปแบบการสร้างสาวกในกลุ่มย่อย พระเยซูทรงใช้เวลาส่วนใหญ่กับเปโตร ยากอบ และยอห์น กลุ่มผู้ชายกลุ่มหนึ่งได้ร่วมเดินทางกับเปโตรเพื่อสร้างสาวกและช่วยเหลือในการก่อตั้งคริสตจักรเยรูซาเล็ม จดหมายของเปาโลเต็มไปด้วยรายชื่อของกลุ่มคนที่เขา "สร้างให้เป็นสาวก"

แท้ที่จริงแล้ว จำนวนคนที่คุณฝึกอบรมที่จะกลายมาเป็นผู้อบรม มีเพียงร้อยละสิบห้าหรือยี่สิบเท่านั้น แต่โปรดอย่าท้อใจกับความจริงนี้ เพราะแม้ในจำนวนนี้ พระเจ้าจะทรงอวยพรกระแสการสร้างสาวกให้เกิดผล ขอเพียงเราสัตย์ซื่อในการเผยแพร่เมล็ดพันธุ์แห่งพระกิตติคุณก็พอแล้ว

- **พวกเขาพูดมากเกินไป** ในชั่วโมงเรียนที่มีเก้าสิบนาที ผู้อบรมจะพูดกับกลุ่มสามสิบนาที ผู้เข้าอบรมใช้เวลาส่วนใหญ่ในการนมัสการ อธิษฐาน แบ่งปัน และฝึกปฏิบัติ หลายคนในแถบตะวันตกที่มีการศึกษาสูง มักจะตกลงไปในกับดักของการใช้เวลานี้ในทางกลับกัน

- **พวกเขาฝึกอบรมด้วยวิธีการที่ไม่มีประสิทธิผล** กุญแจสำคัญของกระแสการสร้างสาวกคือประสิทธิผล คือ การที่ผู้คนที่คุณฝึกอบรมนั้นไม่เพียงแต่อยู่ในห้องอบรมเท่านั้น แต่พวกเขาไปฝึกอบรมสร้างสาวกต่อไปจนถึงรุ่นที่สาม สี่ หรือห้าให้สามารถฝึกอบรมคนอื่นให้เป็นสาวกต่อๆ ไป

    คำถามที่เป็นแนวทางคือ "สาวกรุ่นต่อไปจะสามารถถ่ายทอดสิ่งที่ผม/ฉันกำลังทำอยู่ ให้แก่คนอื่นๆ ได้ไหม?" จะเกิดอะไรขึ้นถ้าหากผู้เชื่อในรุ่นที่สี่จะแบ่งปัน นำเสนอ สนับสนุน และนำคู่มืออย่างเดียวกันนี้ไปแบ่งปันในชั่วโมงเรียนของพวกเขาเหมือนอย่างคุณ? ถ้าหากพวกเขาสามารถทำตามคุณได้อย่างง่ายดายแล้ว แสดงว่าการอบรมนี้สามารถนำไปถ่ายทอดได้ แต่ถ้าหากพวกเขาต้องดัดแปลงสิ่งที่คุณสอน แสดงว่าการอบรมนี้ไม่สามารถนำไปถ่ายทอดได้

การสร้างสาวกที่สร้างต่อได้

9. ผม/ฉันจะต้องทำอย่างไรถ้าหากในกลุ่มคนของผม/ฉัน ที่ข่าวประเสริฐยังไปไม่ถึง (กลุ่ม UPG) ยังไม่มีผู้เชื่อเลย?

- เรียนรู้คู่มือ FJT และเริ่มต้นสร้างสาวกและเป็นพยานกับคนในกลุ่ม UPG ของคุณ การอบรมตามอย่างพระเยซูให้ภาพที่ดีของการที่พระเยซูทรงเป็นผู้ใด และให้ความหมายที่แท้จริงของการเป็นคริสเตียน ในแถบเอเชียตะวันออกเฉียงใต้เรามักจะสร้างสาวกและประกาศกับพวกเขา คู่มือ FJT ให้วิธีการที่ไม่เป็นการคุกคามในการทำสิ่งนี้

- หาที่อยู่ของผู้เชื่อที่มีความคล้ายคลึงกับกลุ่มเป้าหมาย – กลุ่มที่มีลักษณะคล้ายกันทางด้านเศรษฐกิจ การเมือง พื้นที่ภูมิศาสตร์ และวัฒนธรรม เป็นต้น ฝึกอบรมกลุ่มผู้เชื่อตามคู่มือ FJT กระตุ้นนิมิตสำหรับการประกาศกับเพื่อนๆ ของพวกเขาในกลุ่มที่มีลักษณะคล้ายกับพวกเขา

- ไปเยี่ยมเยียนโรงเรียนพระคริสตธรรมเพื่อเสาะหาตัวคนจากกลุ่ม UPG ของคุณ

- บ่อยครั้งที่พระเจ้าทรงเลือกผู้นำไว้แล้ว แต่เรายังไม่รู้ ขอให้คุณหาที่อยู่คนเหล่านั้นที่มีผู้ปกครองจากกลุ่ม UPG ของคุณ หลายครั้ง ผู้นำเหล่านี้มีภาระใจสำหรับ UPG แต่มีประสบการณ์น้อยในการเข้าหาพวกเขา

10. ขั้นตอนแรกสำหรับสาวกใหม่ ที่จะเริ่มฝึกอบรมสาวกใหม่คนอื่นๆ คืออะไร?

หนุนใจผู้เข้าอบรมให้ทำตามรูปแบบการนมัสการแบบง่ายที่พวกเขาเคยฝึกปฏิบัติมา ให้กลุ่มผู้เข้าอบรมร้องสรรเสริญพระเจ้าและอธิษฐานร่วมกัน ในชั่วโมงเรียน "การอบรมภาคความรู้" ให้พวกเขาผลัดกันสอนคนละหนึ่งบทเรียนจาก FJT หรือเล่าเรื่องจากพระคัมภีร์พร้อมทั้งนำเสนอสามคำถามที่นำไปใช้ได้

ในชั่วโมงเรียน "การอบรมภาคปฏิบัติ" ให้พวกเขาผลัดกันสอนบทเรียนต่อซึ่งกันและกันอีกครั้ง ให้ผู้เข้าอบรมฝึกปฏิบัติการนมัสการแบบง่ายเป็นจำนวนเก้าครั้ง

ในช่วงระหว่างสัมมนา ซึ่งจะทำให้พวกเขามีความมั่นใจเพื่อเริ่มต้นกลุ่มสร้างสาวกต่อไปได้

11. ผู้อบรมที่ผ่านมาเคยใช้คู่มือนี้ที่ใดบ้าง?

ผู้อบรมใช้ FJT อย่างประสบความสำเร็จได้ด้วยวิธีต่างๆ ดังต่อไปนี้ :

- *การสัมมนา* – จำนวนผู้เข้าอบรมที่เหมาะสมในการจัดสัมมนาครั้งหนึ่งควรอยู่ที่ประมาณ 24-30 คน โดยใช้เวลาในการสัมมนาประมาณ 2 วันครึ่งหรือ 3 วัน ซึ่งขึ้นอยู่กับระดับการศึกษาของผู้เข้าอบรม

- *ชั่วโมงเรียนประจำสัปดาห์* – จำนวนผู้เข้าอบรมที่เหมาะสมสำหรับชั่วโมงเรียนประจำสัปดาห์อยู่ที่ประมาณ 10-12 คน หากเพิ่มช่วงเวลาปฏิบัติสำหรับการนมัสการแบบง่ายจะทำให้การฝึกอบรมใช้เวลา 12 สัปดาห์ โดยทั่วไปแล้วชั่วโมงเรียนจะจัดในบ้านของใครสักคนหรือในคริสตจักรแห่งหนึ่ง ผู้ฝึกอบรมบางคน จะสอนสัปดาห์ละสองครั้งด้วยความเข้าใจว่าคนทั้งหลายที่พวกเขาฝึกอบรมนั้นจะไปฝึกอบรมผู้อื่นต่อไปในสัปดาห์ที่เป็นวันหยุด เราพบว่าการปฏิบัติแบบนี้เป็นการเร่งกระแสการก่อตั้งคริสตจักรมากขึ้น

- *ชั้นระวีวันอาทิตย์* – จำนวนผู้เข้าอบรมที่เหมาะสมที่สุดสำหรับชั้นระวีอยู่ที่ประมาณ 8-12 คน ระยะเวลาของขั้นตอนการอบรมทำให้การอบรม "ภาคความรู้" ของแต่ละชั่วโมงเรียนต้องแบ่งออกเป็นสองส่วนและใช้เวลาสอนวันอาทิตย์ตลอดสองวัน การนมัสการแบบง่ายสามารถเน้นย้ำได้ในแต่ละครั้ง ดังนั้นการอบรมจึงใช้เวลาต่อเนื่อง 20 สัปดาห์

- *พระคริสตธรรมหรือชั้นเรียนในโรงเรียนพระคัมภีร์* – ผู้เข้าอบรมได้ใช้ FJT ในหนึ่งสัปดาห์เพื่อเสริมสร้างอย่างเข้มข้น และ/หรือ ใช้ในชั่วโมงเรียนประจำสัปดาห์ เช่น วิชาการประกาศ หรือ การสร้างสาวก

- *การประชุมใหญ่* – จำนวนผู้เข้าอบรมในกลุ่มใหญ่อาจถึง 100 คนได้ และกลุ่มนี้สามารถรับการฝึกอบรมการสร้างสาวกเบื้องต้นของ FJT หากมีผู้อบรมฝึกหัดมาช่วยผู้ฝึกอบรมในการนำกลุ่มและกำหนดกลุ่มต่างๆ

- *การเทศนา* – หลังจากสำเร็จการอบรม FJT แล้ว ศิษยาภิบาลมักจะสอนบทเรียนให้กับคริสตจักรของพวกเขา สิ่งนี้จะสร้างความสนใจและแรงกระตุ้นแก่ผู้ที่กำลังฝึกอบรมคนอื่นให้ติดตามพระเยซู อย่างไรก็ตามหลายครั้งศิษยาภิบาลจะ "สอน" ตามคู่มือ FJT แต่ไม่ได้ "ฝึกอบรม" ตามคู่มือ FJT ซึ่งเป็นสิ่งที่อันตราย ดังนั้นศิษยาภิบาลจึงควรใช้บทเรียนในการส่งเสริมผู้ฝึกอบรมให้อบรมคนอื่นในคริสตจักร ถ้าศิษยาภิบาลจะใช้บทเรียนนี้ประกอบคำเทศนา ก็ควรใช้ด้วยความระมัดระวัง

- *การพูดคุยในแวดวงมิชชันนารี* – มิชชันนารีสามารถแบ่งปันกับผู้สนับสนุนของพวกเขาว่าพวกเขาใช้วิธีใดในการฝึกอบรมคนในท้องถิ่น ซึ่งเป็นวิธีการที่ใช้ได้จริง หลายครั้งผู้สนับสนุนจะให้ข้อคิดเห็นว่าพวกเขาตื่นเต้นเพียงไรที่ได้เรียนรู้วิธีการตามอย่างพระเยซูในรูปแบบที่เรียบง่าย และพวกเขาจะตื่นเต้นเมื่อเข้าใจถึงงานที่มิชชันนารีกำลังทำในพันธกิจด้วย

- *การฝึกสอน* – ผู้อบรมบางคนจะใช้บางส่วนจากบทเรียนเพื่อฝึกสอนผู้ที่เป็นผู้นำอยู่แล้ว ตามเวลาที่มีอยู่ เนื่องจากโครงสร้างคู่มือ FJT เป็นแบบองค์รวม (คือทุกส่วนเกี่ยวข้องกัน และส่งเสริมกันได้) ผู้อบรมจึงสามารถเริ่มสอนบทใดก็ได้ โดยสามารถแน่ใจได้ด้วยว่า เขากำลังให้ภาพการติดตามพระคริสต์ที่สมบูรณ์แบบด้วย

12. **ผม/ฉันควรจะทำอย่างไรถ้าหากคนที่เข้าอบรมเป็นคนที่ไม่มีการศึกษาหรือมีการศึกษาน้อย?**

เรามีเรื่องเล่าที่ต้องแบ่งปันสำหรับหัวข้อนี้ เราจดจำได้เป็นอย่างดีเมื่อมีการอบรมในประเทศไทย ซึ่งผู้เข้าอบรมส่วนใหญ่เป็นผู้หญิงชนเผ่าทางภาคเหนือ ในวัฒนธรรม

ของพวกเขานั้น ผู้หญิงจะถูกห้ามไม่ให้เรียนรู้เกี่ยวกับการอ่านเขียนจนกระทั่งพวกเขาโตเป็นวัยรุ่น นี่หมายความว่า ส่วนใหญ่แล้วพวกเขาไม่เคยเรียนหนังสือมาก่อนเลย

โดยปกติแล้วในการฝึกอบรม ผู้หญิงจะนั่งเงียบๆ และฟัง ในขณะที่ผู้ชายศึกษาเรียนรู้ แต่อย่างไรก็ตาม ด้วยรูปแบบการปฏิบัติของการอบรมตามอย่างพระเยซู ทำให้ผู้หญิงทั้งหมดสามารถมีส่วนร่วมได้ โดยใช้เวลาในการอบรมสามวัน เราขอให้คนหนึ่งอ่านพระคัมภีร์ออกเสียง (แทนที่จะให้ทั้งกลุ่มอ่านด้วยกัน) และแบ่งกลุ่มผู้หญิงออกเป็นกลุ่มละห้าหรือหกคน (แทนการจับคู่) สำหรับช่วงการอบรมสามวันนั้น มีหลายครั้งที่ผู้หญิงเหล่านี้พูดพร้อมกับน้ำตาอาบใบหน้าว่า "ตอนนี้ เราได้เรียนรู้บางสิ่งที่เราสามารถมอบให้กับคนอื่นได้แล้ว"

ภาคผนวก ค

รายการตรวจสอบ

ก่อนการอบรม..

- *ทำรายชื่อทีมอธิษฐาน* - ทำรายชื่อทีมอธิษฐานจำนวน 12 คน เพื่อให้อธิษฐานวิงวอนเผื่อการอบรม ทั้งก่อนการอบรมและตลอดสัปดาห์ที่มีการอบรม นี่เป็นสิ่งสำคัญ**มาก**!

- *ทำรายชื่อผู้อบรมฝึกหัด* – ทำรายชื่อผู้อบรมฝึกหัดที่จะร่วมเป็นทีมสอนด้วยกันกับท่าน เลือกใครบางคนที่เคยเข้าร่วม FJT คือ *การสร้างสาวกเบื้องต้น*

- *เรียนเชิญผู้เข้าอบรม* – ขอให้ท่านเรียนเชิญผู้เข้าอบรมโดยใช้วิธีการที่เหมาะสมกับวัฒนธรรม เช่น การส่งจดหมายหรือบัตรเชิญ เป็นต้น ขนาดกลุ่มของผู้เข้าอบรมของ FJT ควรจะอยู่ที่ประมาณ 24-30 คน ถ้าหากท่านมีผู้อบรมฝึกหัดหลายคนที่คอยช่วยท่าน ท่านก็สามารถมีจำนวนผู้เข้าอบรมได้ถึง 100 คน   FJT: การอบรมเพื่อสร้างสาวกเบื้องต้น สามารถประสบความสำเร็จโดยการอบรมประจำสัปดาห์ในกลุ่มที่มีผู้เข้าอบรมจำนวนสามคนหรือมากกว่าได้

- *ยืนยันสถานที่อบรม* – จัดการเรื่องบ้านที่จะใช้เป็นสถานที่อบรม เรื่องอาหาร และการเดินทางสำหรับผู้เข้าอบรมตามความจำเป็น

- *จัดห้องประชุม* – จัดห้องประชุมให้มีโต๊ะสองตัวไว้ด้านหลังห้องประชุม จัดเก้าอี้เป็นวงกลมสำหรับผู้เข้าอบรม และจัดห้องให้กว้างพอที่จะทำกิจกรรมในช่วงระหว่างอบรมด้วย ถ้าเป็นไปได้การใช้เสื่อปูนั่งที่พื้นสำหรับ

ผู้เข้าอบรมก็จะสะดวกมากกว่า ขอให้มีช่วงพักดื่มชาหรือกาแฟและทานขนม 2 ครั้งในแต่ละวัน

- *เตรียมอุปกรณ์การอบรม* – เตรียมพระคัมภีร์, กระดานไวท์บอร์ด หรือกระดาษพรู๊ฟ ปากกาเขียนกระดาน สมุดบันทึกสำหรับผู้เข้าอบรม สมุดบันทึกสำหรับผู้นำ กระดาษโปสเตอร์สีขาวสำหรับให้ผู้เข้าอบรมทำแผนที่กิจการบทที่ 29 ปากกาหรือดินสอระบายสี สมุด (เหมือนที่ใช้ในโรงเรียน) ปากกา และดินสอ

- *จัดเวลาสำหรับนมัสการ* – เตรียมเนื้อเพลงที่พิมพ์ลงกระดาษหรือหนังสือเพลงให้กับผู้เข้าอบรม หาใครบางคนในกลุ่มหนึ่งคนที่เล่นกีตาร์ได้และขอเขาให้ช่วยเหลือท่าน (ถ้าเป็นไปได้) ขอให้เลือกเพลงที่มีเนื้อหาเดียวกันกับหัวข้อของแต่ละบทเรียนนั้น

- *เตรียมอุปกรณ์การสอน* – เตรียมลูกโป่งหนึ่งใบ, ขวดน้ำหนึ่งใบ และรางวัลสำหรับการแข่งขัน

ระหว่างการอบรม..

- *จงยืดหยุ่น* – จงรักษากำหนดการ แต่จงยืดหยุ่นพอที่จะเข้าร่วมกับพระเจ้า ในสิ่งที่พระองค์กำลังทำงานในชีวิตของผู้เข้าอบรม

- *เน้นการปฏิบัติและการรายงานตัว* – ขอให้ตรวจสอบให้แน่ใจว่าผู้เข้าอบรมได้ปฏิบัติตามคำสอนหลังจากที่ท่านได้สอนพวกเขาในแต่ละบทเรียน ถ้าปราศจากการปฏิบัติ ผู้เข้าอบรมจะไม่มีความมั่นใจในการอบรมผู้อื่นต่อไป การตัดบทเรียนให้สั้นลงดีกว่าการตัดช่วงปฏิบัติออกไป การปฏิบัติและการรายงานตัวเป็นกุญแจสำคัญของการทวีคูณ

- *ให้ทุกคนมีส่วนในการเป็นผู้นำ* – ขอให้แต่ละคนอธิษฐานปิดในแต่ละ

ชั่วโมงเรียน เมื่อจบการอบรมแล้วทุกคนควรมีโอกาสอธิษฐานปิดอย่างน้อยคนละหนึ่งครั้ง ผู้เข้าอบรมควรหมุนเวียนกันนำนมัสการแบบง่ายๆ ในกลุ่มย่อยนี้

- *ส่งเสริมและเห็นคุณค่าของประทานของผู้เข้าอบรมแต่ละคน* – ส่งเสริมผู้เข้าอบรมให้ใช้ของประทานของพวกเขาในช่วงระหว่างการอบรม ทำรายชื่อผู้เข้าอบรมให้ใช้ความสามารถ (ตะลันต์) ของพวกเขาในช่วงระหว่างสัมมนา เช่น การเล่นดนตรี การต้อนรับ การอธิษฐาน การสอน การแสดงบทบาทสมมติ และการบริการ เป็นต้น

- *ทบทวน ทบทวน ทบทวน* – อย่าข้ามขั้นตอนการทบทวนเมื่อเริ่มต้นแต่ละชั่วโมงเรียน เมื่อจบสัมมนาผู้เข้าอบรมแต่ละคนควรจะสามารถถ่ายทอดการถามคำถาม การตอบคำถาม และการทำสัญญาณมือทั้งหมดให้กับผู้อื่นได้ เตือนให้ผู้เข้าอบรมฝึกทำตามอย่างที่ท่านสอนพวกเขา พวกเขาควรทบทวนสิ่งที่เรียนมากับคนที่พวกเขาฝึกด้วยทุกครั้ง

- *เตรียมประเมินผล* – จดบันทึกเรื่องต่างๆ ของการอบรมที่ผู้เข้าอบรมไม่เข้าใจหรือคำถามต่างๆ ที่พวกเขาถามท่านในช่วงระหว่างการอบรมแต่ละชั่วโมง บันทึกเหล่านี้จะช่วยท่านและผู้อบรมฝึกหัดในการประเมินผลภายหลัง

- *อย่าข้ามขั้นตอนในการนมัสการแบบง่ายๆ* – การนมัสการแบบง่ายๆ เป็นส่วนที่ทำให้ขั้นตอนการอบรมนี้สมบูรณ์ เมื่อผู้เข้าอบรมรู้สึกมั่นใจในช่วงการนำนมัสการแบบง่ายๆ พวกเขาก็จะมีความมั่นใจในการตั้งกลุ่มใหม่หลังจากการอบรม

หลังการอบรม..

- *ประเมินผลทุกด้านร่วมกับผู้อบรมฝึกหัดของท่าน* – ใช้เวลาในการทบทวน

รายการตรวจสอบ   175

และประเมินผลการอบรม เขียนรายการสิ่งที่ดีและสิ่งที่ต้องปรับปรุง วางแผนเพื่อปรับปรุงการอบรมครั้งต่อไป

- *ติดต่อผู้อบรมฝึกหัดที่มีศักยภาพในการช่วยเหลือท่านในการอบรมในอนาคต* – ติดต่อผู้เข้าอบรมสองหรือสามคนที่มีศักยภาพในการนำในช่วงระหว่างการอบรมเพื่อให้ช่วยเหลือท่านในการอบรม FJT ในอนาคต

- *หนุนใจให้ผู้เข้าอบรมพาเพื่อนมาร่วมการอบรมครั้งถัดไป* – หนุนใจให้ผู้เข้าอบรมกลับมาพร้อมกับคู่ของเขาในการอบรมครั้งถัดไป นี่เป็นวิธีการที่ใช้ได้ผลสำหรับการเพิ่มจำนวนผู้อบรมที่กำลังสอนผู้อื่นต่อไป

กำหนดการ

คู่มือนี้สามารถปรับให้เหมาะสมกับโปรแกรมการสัมมนา 3 วัน หรือ การอบรม 12 สัปดาห์ แต่ละชั่วโมงเรียนของทั้งสองกำหนดการ จะใช้เวลาประมาณ หนึ่งชั่วโมงครึ่ง และใช้ขั้นตอนการอบรมผู้อบรม

การอบรมเพื่อสร้างสาวกเบื้องต้น 3 วัน

	วันที่ 1	*วันที่ 2*	*วันที่ 3*
8:30	การนมัสการแบบง่าย	การนมัสการแบบง่าย	การนมัสการแบบง่าย
9:00	ต้อนรับ	การเชื่อฟัง	การหว่าน
10:15	พัก	พัก	พัก
10:30	การทวีคูณ	การดำเนินชีวิต	การหว่าน
12:00	พักทานอาหารกลางวัน	พักทานอาหารกลางวัน	พักทานอาหารกลางวัน
13:00	การนมัสการแบบง่าย	การนมัสการแบบง่าย	การนมัสการแบบง่าย
13:30	การรัก	การออกไป	การแบกกางเขน
15:15	พัก	พัก	
15:30	การอธิษฐาน	การแบ่งปัน	
17:00	พักทานอาหารเย็น	พักทานอาหารเย็น	

การอบรมเพื่อสร้างสาวกเบื้องต้น – ประจำสัปดาห์

สัปดาห์ที่ 1	การต้อนรับ และการนมัสการแบบง่าย	*สัปดาห์ที่ 7*	การดำเนินชีวิต
สัปดาห์ที่ 2	การทวีคูณ	*สัปดาห์ที่ 8*	การนมัสการแบบง่าย
สัปดาห์ที่ 3	การรัก	*สัปดาห์ที่ 9*	การออกไป
สัปดาห์ที่ 4	การนมัสการแบบง่าย	*สัปดาห์ที่ 10*	การแบ่งปัน
สัปดาห์ที่ 5	การอธิษฐาน	*สัปดาห์ที่ 11*	การหว่าน
สัปดาห์ที่ 6	การเชื่อฟัง	*สัปดาห์ที่ 12*	การแบกกางเขน

www.ingramcontent.com/pod-product-compliance
Lightning Source LLC
Chambersburg PA
CBHW071503040426
42444CB00008B/1477
* 9 7 8 0 9 8 3 1 3 8 7 4 7 *